சிந்தனை ஆழி

கலைஞர் மு. கருணாநிதி

Title: Sinthanai Aazhi

Author: M. Karunanidhi

Language: Tamil

First Published on: 1953

Year of Publication: 2024

Book Format: Paperback

*Page Size: 6inch * 9inch*

Category: Essays

Subject: Political Essays

No. of pages: 82

ISBN: 978-81-988814-4-1

Published by: Nilan Publishers, Madurai, Tamilnadu, India

பொருளடக்கம்

குறிப்புகளுக்காக

விம்மும் கடலிலே!

கலைஞர் கருணாநிதியின் உள்ளம், நெஞ்சம் கொள்ளை கொள்ளும் ஓர் சிந்தனை ஆழி; ஆம், தொலைவில் தூங்கும் அழியாத லட்சிய முகடுகளை நோக்கி, சுழன்று சீறும் எதிர்ப்புச் சூறாவளிக்கு அஞ்சாது, வானம் முட்டப் பரந்து கிடக்கும் வர லாற்றுப் பரப்பிலே சொக்கி, வாழ்வின் கரையோ ரத்திலே, உற்சாக கீத மிசைக்கும் ஒய்யாரக் கடல் தான்.

அந்த அழகுக் கடலில் குவிந்த முத்துக்களை, தமிழகத்தின் கலைக் கூடத்திலே திரட்டித்தரும் பணி எமக்குக் கிடைத்தது குறித்து பெருமகிழ்வு கொள்கிறோம்.

இதோ அந்த முத்துக்கள்...

மாயூரம்
11-3-'53

அன்பன்,
P. S. இளங்கோ.

சிந்தனை ஆழி

நாட்டு நிலை

சாதாரணப் பிரஜை! அந்தப் பிரஜையின் ரத்த வியர்வை தான், பிரபுக்களின் மாளிகை, பிரபுக்களின் மகிழ்ச்சி,பிரபுக்களின் வாழ்வு

காட்டில் திரியும் மிருகங்களுக்குக்கூட சந்தோஷ முண்டே! ஜோடிப் புறாக்கள்-ஓடி விளையாடும் மான்கள், பாடிப்பறக்கும் குயில்கள்-அவைகளை விடவா ஏழைகள் குறைந்து விட்டார்கள்!"

சுதந்திர பூமி தான். ஆனால் இங்கே தான், பிணமலைகள்! பிள்ளைச் சந்தைகள்! தற்கொலைகள்! தான்தோன்றித் தர்பார்கள்.

வறுமை, திருட்டு, வஞ்சகம், விபசாரம்! எங்கே? வற்றாத ஜீவநதிகள் வளைந்தோடும் நாட்டிலே-வளமான சோலை கள் பூத்துக்குலுங்கும் பூமியிலே.

வானத்தை முட்டும் மாளிகைகள்! மானத்தை இழந்த மனிதர்கள்! உயர்ந்த கோபுரங்கள்.'தாழ்ந்த உள்ளங்கள்.

ஏழைகள் சொல்கிறார்கள்: சோற்றுக்குக் கஷ்டப் பட்டோம். சுகத்தை தேடி சுற்றி அலைந்தோம். சொறி நாயினும் கேவலமாக நடத்தப்பட்டோம். பசி, பசி எனப்

பதறி அழுதோம். பட்டினிப் புழுக்களாய்த் துடித்தோம் துவுண் டோம், நெளிந்தோம்.

அப்பொழுதெல்லாம், சொந்தம் பாராட்டி ஆதரிப்ப தில்லை அரசாங்கம். 'அநீதியிடையே வாழவேண்டாம் இறப் புலகில் இன்பம் காண்போம்' என்று, சாவதற்குச்சென்றால், சட்டம் என்ற கையை நீட்டி, சொந்தம் என்ற சூழ்ச்சி மொழி பேசுகிறது அரசாங்கம். அதிசயமான அரசாங்கம்! அற்புதமான நீதி!

பசி, பசி என்று கூக்குரலிடும் பட்டினிப்பட்டாளங்கள். நூல் இன்றி, அதனால் வேலையின்றி உண்ண உணவின்றி, வாழ வகையற்று, வதங்கி, வாழ்வை வெறுத்துத் தூக்கிலே தொங்கும் ஏழை நெசவாளியின் நெஞ்சுக் குமுறல். பெற்ற குழந்தைக்கு சோறிட முடியாது தவிக்கும் தாயின் துன்பச் செய்தி. பெற்ற குழந்தை குட்டிகளைப் பசிக் கொடுமையால் பாழுங்கிண ற்றிலே தள்ளி, தானும் தற்கொலை செய்து கொள்ளும் வேதனைச் செய்திகள்.

பிச்சைக்காரன் குமுறுகிறான்: "நான் கேட்பது, பசிப்பிணியை நீக்க ஒரு பிடி சோறு. நான் கேட்கும் தர்மம், கோயில் கட்ட அல்ல; குமுறுகின்ற வயிற்றின் புயலை அடக்க!

சோறு இல்லை என்று கதறுகிறேன். ஒரு ஏழை கதறுகிறேன். அதோ பழத்தைச் சாப்பிட்டு அதன் மேல் பால் பருகுகிறார். தசைப் பொதிகளிடம் காட்டும் இரக்கத்தை, இந்தத் தரித்திரனிடம் காட்டலாகாதா?

உண்டு கொழுத்தவரிடம் காட்டும் உன் அன்பை உழைக்கமுடியாத இந்த ஏழையிடம் காட்டலாகாதா! குள்ள நரிக்குணம் படைத்தவரிடம் காட்டும் உமது கருணையை குடல் கருகிச்சாகும் இந்தக் குழந்தையிடம் காட்ட லாகாதா?

பஞ்சடைந்த கண்களைக் கண்ட பிறகும், பரட்டைத் தலையைக் கண்டபிறகும் பசியால் புழுவெனத் துடிக்கும் பரிதாபத்தைக் கண்டபிறகும், பாவிகளே, உங்களுக்கு மனம் இரங்கவில்லையா?

அக்ரமம் அழியாத வரம் பெற்றதல்ல. அது அழிவின் முதல் அத்யாயம்.

என் உயிரோடு உயிராக உறைந்து கிடப்பது இந்த நாட்டு மக்களின் இன்பவாழ்வு. பேதமற்ற பெருவாழ்வு. சீமான், ஏழை என்ற நிலை ஒழிந்த சிங்கார வாழ்வு,சமத்துவ வாழ்வு, சமா தான வாழ்வு, இதுவே என் மூச்சு, என் இதய கீதம்.

இனப் போராட்டம்

திராவிட நாடு நம் உயிர்ப்பிரசினை. உயிர் போகிற நேரத்தில்கூட ஒரு முறை உரக்கக் கூவிட வேண்டிய தக்க சொல்; தாரக மந்திரம், திராவிடநாடு.

திராவிடம்! தணலில் போட்டால் மாற்று உயரும் தங்கம்! உடைக்க உடைக்க ஒளியேறும் வைரம்!

சுரண்டல் காடாகவுள்ள திராவிடம் சுகம் பெறும் இலட்சியம், வாழ்விழந்து வதங்கித் தேம்பும் சமுதாயம், வாழ்வு பெற்று எழுச்சியுற்று இன்பத்திராவிடம் காணும் திட்டம், நமது குறிக்கோள்.

திராவிடம் ஒரு தனி நாடு, இதை வேறு நாட்டுப் பிரச்சினைகள், அமைப்புகள், அவைகளை மட்டும் வைத்து, ஒரே கண்ணால் ஒரே கோணத்தில் பார்க்கக்கூடாது என்று தான் நாம், பலமுறை விளக்கங்கள் தந்து திராவிட நாட்டு பிரச்சினையை மக்கள் முன்னே வைத்திருக்கிறோம்.

அந்நாள் ஆண்ட மறத்தமிழன் கனகனையும், விசயனையும் களத்தில் சந்திப்பான். போர்முரசு கொட்டி, புலிப் பாய்ச்சல் நடத்துவான். ஆரியமன்னர் சிரம் நொறுங்க, கண்ணகி சிலைக்கு கல்லேற்றி சிங்க நடைபோட்டு வருவான் ரத்தம் படிந்த வெற்றி முரசின் ஒலியும், "வாழ்க தமிழன்" என்ற கீதமும் இமயத்தில் எழுந்து விந்தியத்தில் எதிரொலித்து, கன்யாகுமரியின் கடலோசையில் கலக்கும்.

வாடிக்கிடந்த காதலியை வெற்றி முரசம் துள்ளி யெழச் செய்ய, புதுத்துடிப்பால் பூரித்த இதயம் காட்டி, பொன்னழகி வழிபார்த்து நிற்க, "தென்றலே எனைத்தேடி துவண்டாயோ" என்று வந்த காளை வாய்திறப்பதற்குள், மணவாளனின் மார்பிலே காயங்கண்டு, பனிப்பார்வை வீசி அவன் மலைத்தோளில் முகத்தை ஒட்டிக்கொள்ள அந்த மகிழ்ச்சியை ஒரு கவிதையாக மாற்ற நினைத்து எல்லைக்குள் அதை அடக்க முடியாமல் தோல்வியால் தொங்கிய முகத் துடன் ஒரு புலவன் திரும்பிவிட... இங்ஙனம் கா தலும் வீரமும் கரைபுரண்டோடியது திராவிடத்தில் ஒருநாள்.

நாம் திராவிடர் நமது கலாச்சாரம் திராவிடக் கலாச்சாரம் நாம் நல்ல முறையிலே வாழ்ந்தோம். ஆனால் வீழ்ந்தோம் இடையில் எத்தர்களின் ஏமாளித்தனமான கோமாளிக் கூத்திற்கெல்லாம் கட்டுப்பட்டதால்.

உலகாண்டோம் புகழேணியின் மூலம் உதவாக்கரைகளென ஆக்கப்பட்டோம் நடுவே உலுத்தர்களின் உண்மைக்கு மாறான கற்பனைக் கோட்டைகளைக் கண்டு மயங்கியதால். மனம் மாறியதால்.

தாழ்ந்துவிட்ட நாம் நம்மை உணர்ந்து நாம் யார் எந்த வழிவந்தோர், எவரால் எதனால் எப்படி யெப்படி யெல்லாம், கயவர்களால் ஆஷாடபூதிகளால், அறிவிழந் தோம் என உணர்ந்தோம், உணர்ந்து அதை ஊருக்கெடுத் துரைக்கின்றோம்.

உண்மை உணருங்கள். ஊராண்ட இனம் உதாசீனப் படுத்தப்படுவதைப் பாரீர். சக்தியுள்ள இனம் சனாதனச் சேற்றில் அமிழ்ந்து கிடப்பதைக் காணீர். அதிலிருந்து கரையேறி மனிதர்களாய், மாவீரர்களாய், முன்னோர் பெற்ற சீரும், சிறப்பும் பெற்று வாழ வழி வகுப்போம், வாருங்கள் வாருங்கள் என்று வாலிபரை அறைகூவி அழைக்கின்றோம்.

ஒரு இனத்தை வாழவிட்டு, வாழவைத்து வேறு ஒரு இனத்தை வகையற்றதாக்கி, வயிற்றுக்கில்லாமல் வாட விடுவதற்கல்ல. வாழவேண்டும், நாமும் பிறரும். எல்லோரும் வாழவேண்டும். ஒன்றுபோல், ஓர்குலமாய், உழைத்து கஷ்டப்பட்டு பிறரைச் சுரண்டாது, பிறர் உழைப்பைப் பறிக்காது என்பதுதான், இன முழக்கம்.

இதற்குத் தடையாக கலையோ, காவியமோ, பழக்க வழக்கமோ, பண்போ, ஆசார அனுஷ்டானமோ, ஏன் ஆண்டவனே குறுக்கிட்டாலும், அஞ்சாது பணியாற்று வோம்.

திராவிட இனம், தன்மானம் கொண்டு, விழிப்புற்று வாழ விரும்புகிறது. தன்னை தாழ்த்தியவற்றை, கீழ்நிலையில் தள்ளும் எதையும் ஏற்காது, அதன் முன்னேற்றத்திற்கு முட்டுக்கட்டை போடும் மூட நம்பிக்கைகளை முறியடித்தே தீரும். எங்கள் இனத்தை ஏய்த்து, மடைமைக்குள்ளாக்கி, மந்தமதியினராக்கி, உழைப்பாளிகளாக்கி, அதனால் ஆடாது அசையாது பலன் பெற்று வாழும் கூட்டம், இனம், எது வானாலும், ஆரியமானாலும், ஆங்கிலமானாலும், வடவர் ஆனாலும், அதைப் பொறுத்திடோம்.

திராவிடம் ஏன் பிரியவேண்டும்? திராவிடம் தனித்திருந்தால், இந்த நாட்டை திராவிடரே ஆள்வர். திராவிட சமுதாயமே அரசோச்சும் திராவிடரை வேறெவரும் கட்டி. யாளமுடியாது. திராவிடம் தன் நாட்டு வரிப்பணத்தை தன் நாட்டின் முழுநலனுக்கே செலவிடும். செலவிட முடியும்.

திராவிடம் தனியாட்சி : செலுத்தியிருந்தால், மலேயாவுக்கும் இலங்கைக்கும் ஓடுவார்களா திராவிடர்கள்!

திராவிடம் தன்னாட்சி பெற்று விட்டால், ஒரே உத்தரவு!...... மலேயாவுக்கு பிழைக்கச் சென்று, மரணாவஸ்தைக்கு ஆளாகும் திராவிடத்தின் திருக்குழந்தைகள் திருப்பியழைக்கப்படுவார்கள். திருப்பதி வெங்கடேசனும், தில்லை நடராஜனும் கூட்டு முதல் போட்டு, அங்கிருந்து வரும் அகதிகளுக்கு ஆலை அமைத்துக் கொடுப்பர். மதுரை மீனாட்சியம்மை பெண் தெய்வ மாநாடு கூட்டி, "நமக்கு நகைகள் தேவையில்லை," என்ற தீர்மானத்தை நிறை வேற்றி, முத்து மரகத மாலைகளை, மாணிக்க மூக்குத்திகளை கழற்றிக் கொடுத்து ஏழைத் தமிழர்கள் இருக்க எழில்மிகு இடங்கள் அமைத்துத் தருவாள்.

வெள்ளாட்டின் விலாவை முறித்து, அதை விழுங்கிய வேங்கை, அடுத்த வேட்டைக்குத், தயாராவதற்கு முன், எதிரே வரும் மான், தன் குட்டிகளுக்கு எச்சரிக்கை செய்வது, "வேங்கை-மான் குட்டி" துவேஷத்தைக்

"கிளப்புவ தாகும் என நினைத்துப் பேசாமல் இருக்க முடியுமா?

திராவிடரின் திட்டம், பார்ப்பனரை எதிர்ப்பதல்ல, ஒழிப்பதுவுமல்ல. பார்ப்பனீயத்தை எதிர்ப்பது, அழிப்பது தான்.

வீரத்தின் உலைக்களமாய், வெற்றியின் நிலைக்களமாய், வாழ்ந்த வண்டமிழ்நாடே! நீ சோதாக்களின் உறைவிடமாய் சூழ்ச்சியின் மறைவிடமாய் ஆனது ஏன்?

வளமார் திராவிடத்தின் வீர மகனே! நீ வீழ்ந்தது ஏன்? கடலில் வாணிபம் நடாத்திய கன்னல் மொழித் தமிழா, உன் உடலில் துணியின்றி ஊரிலே திரிவது ஏன்? கடாரம் கொண்ட தமிழா, நீ வீணரின் விடாப்பிடியில் அகப்பட்டது ஏன்? மாட மாளிகைகளிலே உலாவிய தமிழா, நீ மரத்தடியில், உறங்குவதேன்?

சூது ஏதுமறியாச் சூரர்களின் பணிமனைகளில் சோதனை. அமைதியை ஆயுதமாகக் கொண்ட அன்புப்படை முகாம்களில் ஆராய்ச்சி.

பகுத்தறிவுத் தொண்டு புரியும், பலாத்காரமற்ற பகுத் தறிவு வாதிகட்கு வாய்ப்பூட்டு, உள்ளதை உரைத்திடும் நூல்கள் பறிமுதல். நாட்டு நடப்பைக் காட்டும் நல்லறிவு நாடகங்களுக்கு தடை.

அதோ, ஆரியத்தின் உள்ளம். அந்த அநியாய உள் எத்தை சோதனையிடுங்கள். ஆராய்ச்சி செய்யுங்கள்.

அங்கே அகப்படும், அகப்பட்டே தீரும், மக்களை பற் பல வகுப்புகளாகப் பிளக்கும் மதக்கோடரிகள்.

அங்கே கிடைக்கும், கிடைத்தே தீரும் தீரத்திராவிடர் மேல் எறியப்படும் வஞ்சக ஈட்டிகள், அதற்கெல்லாம் வாய்ப்பூட்டு போடுங்கள். அவற்றை யெல்லாம் பறிமுதல் செய்யுங்கள். ஆட்சியாளர் கவனம் செல்லவேண்டிய சதிக்கிடங்கு-அது ஆரியம்-ஆரிய உள்ளம்.

இன முழக்கம், "திராவிட நாடு திராவிடருக்கே" என்ற இனமுழக்கம், திக்கெட்டும் தீரத் தீரர்களே கிளம்புங்கள் பழமைப் பலிபீடம் நோக்கிப்புறப்படுங்கள். பழமை, மூட நம்பிக்கை, மதம், கடவுள், கலை எதுவாயி னும் நமது இலட்சியத்தை புறக்கணிக்கவிடோம் என்று விண்ணதிரக் கிளப்புங்கள். திராவிட இன முழக்கம், ஒலிக் கட்டும், முழங்கட்டும்.

திராவிட நாடு திராவிடருக்கே என்ற ஒலிமுழக்கம், அந்த இலட்சியகீதம், வாழட்டும் வளரட்டும். இதற்காக உங்கள் பங்கை, கடமையை, தன்மானத்தை வீரத்தைக் காட்டுங்கள்.

திராவிடத்தின் வாலிபர்களே, வயோ திகர்களே, தாய் மார்களே, தேசியத் தோழர்களே, திக்கெட்டும் பரவட்டும், “திராவிட. நாடு திராவிடருக்கே" என்ற இனமுழக்கம்.

பிரிந்த திராவிடத்திலே, தன்மான உணர்ச்சி பூத்துக் குலுங்கும். ரத்த பாசம் திராவிடனின் நெஞ்சை விட்டு

நீங்கா திருக்கும். மன்னர் மரபில் வந்தவர்கள், மலேயாவுக்கும் இலங்கைக்கும் சென்று மண்டியிடும் அவசியம் இருக் காது. திராவிடர் தங்கள் திருநாட்டிலேயே வாழ்வர். வாழ முடியும், வாழத்தான் போகிறார்கள்.

கம்யூனிஸ்டுகளும், நாமும்

பாகிஸ்தானத்தை, மதத்தை அடிப்படையாகக் கொண்ட ஒரு மக்களை ஒரு இனமாக மதித்த கம்பூனிஸ்டு கள், மொழியால், வழியால், வரலா ற்றால், இனத்தால் ஒன்று பட்டுள்ள திராவிடரை, திராவிட இனத்தை, திராவிட நாட்டை மறுக்கவோ மறைக்கவோ முடியுமா? முடியாது.

திராவிடர் தனி இனமாக வாழ்ந்தவர்கள். இடையே சூது, சூழ்ச்சி, சமயம், சன்மார்க்கம் என்ற பலப்பல போர்வைகளால் மயக்கப்பட்டு மனவளம் இழந்தவர்கள்.

மனவளம் இழந்தோர் இன்று மீண்டும் மனவளம் பெற்று, தமது திரு இடத்தைப் பெற்றே தீருவோம் என்ற தீரப்போர்பரணி பாடுகின்றனர். இந்தப் போர்ப்பரணியை மறைத்திடவோ, மருட்டிடவோ எந்தக் கனகவிசயர்களா லும் முடியாது!

மீண்டும் வில்லவன் கோதை விருந்துகள் கிடைக்காது. கம்யூனிஸ்ட்டுகள் நம்முடைய விரோதிகள்அல்ல. ஆனால் நம்முடைய விரோதத்தை அவசியமற்ற முறையிலே உண் டாக்கிக் கொள்ளும் பணியிலே இறங்குகிறார்கள்.

திராவிட சமுதாயம் என்பதேயில்லையா? - திராவிட மொழிகள் என்று வரலாறுதரும் சான்றைத் தெரியா தவர் களா? அல்லது தெரிந்தும் தெரியாதது போல் நடிப்பவர்களா, கம்யூனிஸ்டுகள்!

திராவிடர்-ஆரியர், திராவிடக்கலாச்சாரம்--ஆ ரியக் கலாச்சாரம், வேறு வேறு என்பவற்றைப் பற்றி, வரலாற்றுச் சான்றுகள் தந்தோம்.

எங்கள் இனம்வாழ, விழுப்புற்று எழுச்சியுற, திராவிட சமுதாய அமைப்பு மீண்டும் புத்துணர்ச்சி பெற, "திராவிட நாடு " தேவை.

கம்பூனிஸ்டுகளின் தியாகத்தை வைத்து முன்னேறும் அளவுக்கு நாங்கள் "தியாகப் பஞ்சத்தில்" இருப்பவர்கள் அல்ல.

முதலில் "தியாகம்" என்றால் என்ன? தியாகத்தின் லட்சணம் தான் என்ன?

"தியாகம்" என்பது கொடுமையை அனுபவிப்பது மட்டும்தானா! குண்டடிபடுவது மட்டுமே தானா! வறுமையால் வாடுவது போதுமா, "தியாகி"ப்பட்டம் பெற? எது தியாகம்?

பலாத்காரத்தில் இறங்கி, அதனால் அடக்குமுறைக்கு ஆளாகி, அவதிப்பட்டவர்களும் தியாகிகள் தானா?

அடி, உதை, குத்து, வெட்டு பட்டிடுவது மட்டுமே தியாகமாகிவிட முடியுமா?

நேர்மையான காரணங்களுக்காக, இருதயபூர்வமான போராட்டத்திலே கிடைக்கும் தியாகம், பலன் தரும் தியா கம் பெரிது. பயன் பெரிது.

தியாகம் என்பது என்ன?

விடுதலைப் போராட்டத்திலே, படைவரிசையிலே சேர்ந்துள்ள அத்தனை பேரும் தியாகிகள் தான்.

தன்னைத்துறந்து, தன் உற்றார் உறவினர், பெண்டு பிள்ளைகள் அத்தனை பேரையும் மறந்து போர்க்களம் புகும் வீரர்கள் அத்தனை பேருமே, தியாகிகள் தானே!

போர்க்களத்திலே, அடிபட்டு குண்டு பாய்ந்து மடிந்த வர்கள் மட்டுமே தியாகிகள் என்றால் மற்றவர் தியாகிகள் இல்லையா?

படை வரிசையிலே, முன்வரிசை பின்வரிசை உண்டே. முன்வரிசையில் உள்ளவர்கள் உயர்ந்தவர்கள்: பின்வரிசை யில் உள்ளவர்கள் தாழ்ந்தவர்கள், என்பது எந்த நீதிக்குப் பொருந்தும்!

நாட்டு விடுதலையில் நாட்டம் கொண்ட அத்தனை வீர ரும் தியாகிகள் தானே!

முன் வரிசையிலிருப்போரிலும் ஒரு சிலர் போரிலிறக் தால், இறந்தவர்களை நாம் பாராட்டுகிறோம். சரி. செய்ய வேண்டியதே.

அதே நேரத்தில் இறந்தவர்கள் மட்டுமே புகழுக்குரிய வர் தியாகிகள் என்றுகூறிடமுடியுமா?

ஒரு சிலர் காயமடைந்து, கஷ்டப்பட்டு, வேறு சிலர் முண்டமாகி உயிர் விட்டு நாட்டு விடுதலையில் பலியாகின்றனர்.

பலியானவர்களை, காயம்பட்டவர்களின் தன்னலமற்ற பயன் தரும் தியாகத்தை முன்னிறுத்தி மற்றவர் ஆர்வமும், ஆற்றலும் பெற்றிடுவர். ஆனால் பலியானோர் மட்டுமே,

தியாகிகள் என்று கூறுவது தியாகத்தின் லட்சணத்திற்கே புறம்பானதல்லவா!

தியாகம்-கண்மூடித்தனமாக, காரண காரியமற்ற மோதுதல்களினால் ஏற்படும் சேதத்தின் மூலம் பெறுவதல்ல.

தியாகம்-விலைபேசப்படும் பொருளாக்கப்படக்கூடாது. தியாகம்! தன்னலமற்ற சேவையை, தொண்டை, எதிர்ப்பு ஏளனம் ஏசல்பூசல் எதையும் பொருட்படுத்தாது தொடர்ந்து செய்யும் மனப்பண்பு, மனவளம், மனவலிமை.

தியாகம் - நல்லதொரு இலட்சியத்தைக்காணச் செய்யப்படும், ஒரு விடுதலைப்படை வரிசையாகும்.

முடிவுக்காக தன்னலமற்ற இந்தப் படை வரிசையில், பயன் தரும் தியாகத்தீயில், குதித்திட நாம் எப்போதும் தயங்கியதில்லை.

நமது வாழ்வே, தியாகச் சுழலில் அமிழ்ந்து கிடக் கிறது. "கம்யூனிஸ்டுகளின் தியாகத்தை வைத்துக்கொண்டு திராவிட முன்னேற்றக்கழகத்தினர் முன்னேறுகின்றனர்."

என்ன வார்த்தை இது!

நாங்கள் கட்யூனிஸ்ட்டுகளின் போராட்டத்தைப் பாராட்டினோம். மேலும் பாராட்டுகிறோம். இதற்குப் பலன்,"தியாகப் பஞ்சத்திலடிபட்டு, அவர்களின் தியாகத்தை வைத்துப் பிழைப்பவர்கள்" என்று பேசுவதா?

இது முறையா!

தியாகம்-எங்கள் பூந்தோட்டம், எங்கள் வாழ்க்கை வளம், முன்னேற்றப்பாதை.

எங்கள் இலட்சியமே, சுயமரியாதை வாழ்வுக்கான பாதையே, இன்பத் திராவிடமே, தியாகத் தீச்சுழலில், தியாகத்தணலில் மிதந்து வருவதுதானே!

தியாகத்தீயில், சுழலில், தணலில் புடம்போட்டு எடுக் கப்பட்ட தங்கக்கட்டிகள்-எம்வீரர்கள்-எமது இலட்சியக் காளைகள்.

நமது இலட்சியத்தை மறந்து, இன்பத்திராவிடத்தை மறந்து, பாதை தவறி நாம் அவர்களுக்கு ஒத்துழைப்பு தரமுடியவில்லை. இதற்காக எங்கள் இலட்சியமே தவறு என்பதா? சரியல்ல உங்கள் பேச்சு! வாதம்!

ஆயிரம் ஜாதிகள் இங்கே அதன் நடுவே பொதுவுடமை ஜோதி உண்டாகுமா? உண்டாக்கத்தான் முடியுமா? உண் டானால்தான் உருவாகுமா! உருவாக்கத்தான் முடியுமா? மக்கள் மனத்தெளிவு பெறாதவரையில்.

மனிதன் மனிதனாக மதிக்கப்படும்வரை, மனிதாபி மானம், தன்னைப் போன்றவன்தான் மற்ற மற்றவனும், பிறப்பில் உழைப்பில்,என்ற எண்ணம், பகுத்தறிவு தோன்று வதுதான், பொதுவுடமையின் அடிப்படை.

புத்தர் தோற்றார்; இராமலிங்கர் தோற்றார்; தாயுமா னார் தோற்றார்; பட்டினத்தாரால் முடியவில்லை. இராம லிங்கனாரும் ஜோதியில் கலந்ததோடு சரி. எவராலும் மதத் துறையிலே, அடிப்படை மாறுதல்களை, உருவாக்க முடியவில்லை.

ஆனால் பொதுவுடைமைப் பூங்கா அமைத்திட, மதத் துறையிலே தலைகீழ் மாற்றம், சமுதாய அமைப்பு முறை யிலே முழு மாறுதல் உண்டாக்கப்பட வேண்டும்.

அந்த நிலை உண்டாக, உருவான திட்டத்துடன், முழு அமைப்பு இடையிலே உருக்குலையாது அமைத்திடுவதற் கான ஆக்கவேலைகளைச் செய்கிறோம் நாங்கள்.

பொதுவுடமை எங்கள் இருதயகீதம் எங்களுக்கு
வேம்பல்ல. எங்கள் இன்பத்திராவிடமே
பொதுவுடமைப் பூங்கா தான்.

பொ துவுடைமை பூத்துக் குலுங்கி, காய்த்துக் கனிந்து
கனிரசம் தந்திடச்செய்யும், சூழ்நிலையை, மனப்பண்பை
மனப்போக்கை, மக்களிடை நாம் உண்டாக்கி
வருகிறோம்.

கடவுள்

கல்லிலும், செம்பிலும் கடவுள் இல்லை. மனத் தூய்மை யிலே, வாய்மையிலே, எல்லாவற்றிற்கும் மேலாக மனிதாபி மானத்திலே மனிதப் பண்பிலேதான் கடவுள் இருக்கிறார்.

கடவுளுக்கென்று கோட்டை போன்ற இடங்களைக் கோவிலென்று கட்டுவதை விட, கடவுள் பெயரால் கலா சாலைகள் கட்டி, கல்வி நீரோடையை நாடெங்கும் பாய்ச்சு தலே, கடவுள் தொண்டு, கடமையுங்கூட.

அட. பாழாய்ப்போன கடவுளே! அவர்கள் என்ன பங்களாவா கேட்கிறார்கள்? பட்டு மெத்தையும், பவளக் கட்டிலும், பன்னீர்க் குளியலும், பாதாம் பருப்பும் பசும் பாலுமா அவர்கள் கேட்பது. பணக்காரனின் இருதயப் பசிக்கு எத்தனை எத்தனை இளம் பெண்கள் பலியிடப்படு கிறார்கள்! காசை வீசியெறிந்து, நினைத்த இடத்தில் இந்திர னாகமாறும், மனித மகாவிஷ்ணு களையும், - வயிற்றையும் - நெஞ்சையும், உடலுணர்ச்சிகளையும் உலரப்போட்டு வற்ற லாக்கிக்கொண்ட வறுமை உருவங்களையும், "ஆண்டவன் படைப்பு" என்று சொல்ல, மனித அறிவு அவ்வளவு மழுங்கி யாகிவிட்டது.

அயோக்கியத்தனமெல்லாம் ஆண்டவன் கட்டளையா? எல்லோரையும் போலப் பிறந்து, எல்லோரையும் போல வாழ்ந்து, எல்லோரையும் போல இறந்துபோகும் மனிதர்களிலே, வேறுபாடு உண்டாக்கியது,

ஆண்டவன் கட்டளையா?

நெற்றி வியர்வை நிலத்திலே விழ, வேலை செய்து வாடும் உழைப்பாளிகளையும், "பற்று ஏதுமில்லை பரா பரமே" என்று பகற்கொள்ளை அடிப்பவர்களையும் உலவ விடுவது உங்கள் ஆண்டவன் கட்டளையா?

பாட்டாளியையும் பணக்காரனையும் படைத்தது அவன் செயல்தானே! உழைப்பாளியையும் உண்டு களிப்ப வனையும் உண்டுபண்ணியது உயரிய செயலா? பஞ்சத்தால் பாட்டாளி வாடவும், மஞ்சத்தில் பணக்காரன் மதுரகீதம் பாடவும், ஆனநிலையை உண்டுபண்ணியது ஆண்டவன் செயல் அல்லவா?

கோயில் கும்பா பிஷேகத்திற்கு 5000 ரூபாய்! பிராமண போஜனத்திற்கு 10,000 ரூபாய்! இதற்கெல்லாம் வாரி யிறைக்கப்படும் பணம், இடிந்து விழும் குடிசையிலே மடிந்துபோகும் பாட்டாளியைக் காப்பாற்றப் பயன் பட்டதா?

பணம் பறிக்கும் கொள்ளைக்கூட்டத்தை வளரவிட்டது யார் குற்றம்? பஞ்சத்தின் குற்றமா அல்லது பஞ்சத்தை மஞ்சத்திற்கு வரவழைக்கும் வஞ்சகர்களின் குற்றமா?

கடவுளின் பெயரால் காமலீலைகள் நடத்தும் போலிப் பூசாரிகளை, நாட்டிலே நடமாடவிட்டது யார் குற்றம்? கடவுளின் குற்றமா அல்லது கடவுள் பெயரைச் சொல்லி கால க்ஷேபம் நடத்தும் கயவர்கள் குற்றமா?

எது நாஸ்திகம்? சக்தியையும் சிவனையும் பக்தியோடு பூசிப்பதாக நடித்து நாட்டை ஏமாற்றுவதுதான் நாஸ்திகம்: பச்சை அன்பு தவழப் பேசிவிட்டு, பாட்டாளி மக்களை, நச்சுப் பொய்கையில் தள்ளுவது தான் நாஸ்திகம். உலகம் பொய்; வாழ்வு மாயை என உபதேசித்துவிட்டு ஊரை அடித்து வாயில் போட்டுக் கொள்ளுவதுதான் நாஸ்திகம். "அய்யா! ஐந்து நாட்களாய் பட்டினி! பசியால் துடிக் கும் பச்சிளங் குழந்தைகள் அன்னைமுகம் பார்க்க, அவள் என்முகம் பார்க்க, நான் ஆண்டவன் முகம் பார்க்க, ஆண்ட வன் எங்கள் முகம் பார்க்கவில்லை, அய்யா!"

ஆண்டவன் வந்தால், சூழச்சி செய்யும் அவருக்கு சொர்க்கம் உண்டா என்று கேட்டேன். வறுமையை விதைத்த வைதிக உருவங்கள் வைகுண்டத்திற்கு வருமா என்று கேட்பேன்.

ஆலயங்களிலே ஆண்டவனின் ஆடையாபரணங்கள் அபகரிக்கப்படுவதேன் என்று கேட்பேன். கோவில்களிலே குதூகல உருவங்களும், குமுறுகின்ற ஏழைகளும் நடமாடுவதை ஆண்டவன் பார்த்ததில்லையா என்று கேட்பேன்.

"உயர்ந்தவன் தாழ்ந்தவன் என்றநிலை உனக்குகந்ததா என்று கேட்பேன்"

கடவுள் செவிடப்பா, செவிடு!

மொழிப் பிரச்சினை

முதலையுண்ட பாலனைச் சுந்தரர் தமிழ்க் கவியால்! மறைக்கதவைத் திறந்தது மாணிக்கத் தமிழால். கல்லைத் தெப்பமாக்கியது தமிழ்ப்பண். கணவனுக்கு மாம்பழ மாயங்காட்டியது, தமிழச்சி காரைக்கால் பெண்.

தமிழ்நாட்டிலே தமிழ் உயர்ந்ததா இல்லையா என்பதற்கு விளக்கம் கூறுவது நமக்கே வெட்கமாக இல்லையா? ஆம்; வெட்கம்தான். தமிழ் உயர்ந்ததுதான். மணிமுடியிலே இருந்த மாணிக்கம், மண்ணிலே உருண்டுகிடப்பதுபோல் உள்ளது இன்றையத் தமிழ்நிலை. பாராண்ட தமிழ்-இள மைக்கு பால் வார்த்த தமிழ்-புலவர்க்கு வேலான தமிழ்- அதன் நிலை, இன்று கண்ணீர்விடவேண்டிய கவலைக்கிட மான நிலை:-

அட தமிழ் எழுத்துகளே! மலர்களை, மாகாளிக்கு காவு கொடுக்கும் ஆட்டுக்குட்டிக்குப் போடும் மாலையாகவும் கட்டுகிறார்கள், மணமாலையாகவும் தொடுக்கிறார்கள். அதே போல, நீங்களும் தித்திக்கும் தீன்சுவைக் கவிதைகளை, வாழ்வுக்கு வழிவகுக்கும் வசன நடைகளை புத்தக வடிவில் பின்னுகிறீர்கள்.

பொய்மை, பித்தலாட்டம், புனைசுருட்டு பொங்கி வழியும் புராணங்களும் உங்கள் சிருஷ்டியாகின்றன.

ஆமாம்......... மனிதர் கையில் அலைக்கழியும் மலர்க் கூட்டம் போலத்தான், இந்த எழுத்துக்கூட்டமும்.

இந்தி கொஞ்சிடும் வஞ்சியாக வந்தாள். ஆனால் நாங்கள் அவளிடம் மயங்கிவிடவில்லை. எங்களுக்குத் தெரியும் அவள் பாஞ்சாலி என்று.

இந்தி மயிலென ஆடிவந்தது. அதன் லாகவத்திலே நாங்கள் மயங்கவில்லை. எங்களுக்குத் தெரியும், அது மயிலல்ல வான்கோழி என்று.

நாம் நடத்திய இந்தி எதிர்ப்புப் போராட்டம், மகத் தான போராட்டம். வரலாற்றிலே நல்ல இடம் பெற்றுள்ள போராட்டம். துரோகிகள் இல்லாது, துணிவுள்ள தீரர்கள் கொண்டதொரு போராட்டம். மொழிக்காக எதையும் தியாகம் செய்ய திறன்படைத்த சிங்கத் தமிழர்கள் கொண்ட படைபலத்துடன், பலன்கண்ட போராட்டம்.
தமிழைக்கண்டு, தமிழரைக் கண்டு, கேலி பேசிய வீணரைக்கண்டு, பொங்கு தமிழருக்கு இன்னல் விளைந்தால் சங்காரம் நிசமெனச் சங்கே முழங்கு என வீரமுழக்கம் விண்ணதிரக் கிளம்பிய போராட்டம்.

அதைப் பழிப்போர் துடிப்பர், கேலி செய்வோர் கெட்டொழிவர், என வீரத்தோடு நடத்திய தீரப் போராட்டம்; வெற்றிப் போராட்டம்.

இறந்த மனிதர்களை மதிப்பதுபோல், வழக்கற்ற மொழிகளையும் மதிக்கிறோம். ஆனால் புதைக்கப்படாமலிருந்தால் வெளியே விட்டிருந்தால், துர்நாற்றமெடுத்துவிடும் என்று, நம் மக்களை எச்சரிக்கிறோம்.

இமயமும், இலங்கையும் உன் ஆணை கேட்டுத் தலை கவிழ்ந்தனவே! இன்று நீ அடிமையாக வாழ்கிறாயே! இனிமைத் தமிழ்மொழி எமது; எமக்கின்பம் தரும்படி வாய்ந்த நல்லமுது என்று இசைத்தனையே! இன்று இந்திக்கு தண்டனிடுகிறாயே!

தமிழ் எங்கள் மூச்சு; தமிழ் எங்கள் பண்பு; தமிழ் எங்கள் இதய ஒலி!

காதல்

மாநிலத்தில் பகல் வர மறுத்துவிட்டால், மாவீரன் வாளை எடுத்துப் போக மறந்துவிட்டால், மல்லிகை மணம் வீச மறந்து விட்டால், காதலியைக் கா தலன் மறந்து விடுவான்.

காதல் காந்தம் என்கிறார்கள். உள்ளங்களை ஒன்றாக இணைக்கும் கயிறு என்கிறார்கள். ஆனால் காதலன் காதலியைக் கைவிட்டு விட்டால், அவளுக்கு இதெல்லாம் பொய்யாகிவிடும்.

கடலிலே எழும் அலை போன்றது காதல்! அதன் கொந்தளிப்பிலே சிக்கியவர் எவரும் தப்புவது இல்லை.

காதல் ஆணையும், பெண்ணையும் ஒன்றாக்கிக் காட்டும் ஒரு வசீகரமான வானவில். பாலும், சர்க்கரையும் சேர்ந்து உண்டான சுவையை எப்படிப் பிரிக்கமுடியாதோ அதே போல்தான், கா தலையும் நெஞ்சையும் பிரிக்கமுடியாது. இவ்வளவும், உண்மைக் கா தலாய் இருந்தால் தான்!

காதல் வஞ்சகமற்றது. எவ்விடத்தும் சமத்துவம் பாராட்டக்கூடியது. உயர்வு தாழ்வு அதனிடம் இல்லை. வீரத்திற்கும் தியாகத்திற்கும் கா தலே பிறப்பிடம்.

காதல் வளர்ந்தது; கொழுந்துவிட்டெரிந்தது; அரும் பின் முனைப் பிடிப்புகள் விலகின; மலர் மணம் சிந்திற்று;

மகரந்தம் உதிர்ந்தன. பொன் பொடிகள் தூவிய புத்தம் புதிய இதழ்கள் விரிந்தன.

அவன் சொல்கிறான்: *சித்திரத்தை அழுகுபடுத்தும் நிழல் கோடுபோல உன் கண்ணின் கடைக் கூட்டில், கனி இதழின் ஓரத்தில், கன்னத்துச் சரிவுகளில் ஒளிந்து கொண் டிருக்கும் இருளை நான் ரசிக்கிறேன், பெண்ணே!*

எனக்கு நீ : *அழகு என்னும் வர்ணக்குழம்பால், இளமை என்னும் இன்பச்சுவரில் பருவம் என்னும் வேல் கொண்டு தீட்டப்பட்ட சித்திரம். நிலா மெருகு கொடுக்கப் பட்ட ஓவியம். அந்த ஓவியத்தின் ரத்ன அதரங்களுக் கிடையே முத்துக்களை அல்லவா பதித்திருக்கிறார்கள்!*

அலை அலையாய்ச் சுருண்டுகிடக்கும் உன்கரியகூந்தலும்; அழகேறி நிற்கும் உன் அரும்பு புருவங்களும், அம்பினும் கூர்மையான கண்களும், என் நெஞ்சிலே உணர்ச்சி வெறி யேற்றிய உன் நீண்ட மூக்கும், ரத்தத்தை விடச் சிவப்பான உன் ரத்த அதரங்களும், என்னை உன் பித்தனாக்கிவிட்டன.

அவன்: *நான் சாவதில் உனக்கேன் பெண்ணே, கவலை?*

அவள்: *என்னை அவர்கள் தூக்கிச் செல்வதில் உங் களுக்கேன் கவலை?*

அவன்: *கண்ணை இமைகள் காப்பது இயற்கை.*

அவள்: *இமையில் பாயும் ஈட்டி, கண்ணில் பாய்வதும் இயற்கை*

அவன்: உன்னை ஒன்று கேட்கிறேன். நம்மை யாரும் இனி பிரிக்கமுடியா தல்லவா ?

அவள்: முடியும். நம்மைப் பிரிப்பதற்கு ஒரு பயங்கர மான கருவி இருக்கிறது!

அவன்: கருவியா?

அவள்: ஆம், அது என் உயிரையே உலகத்திலிருந்து பிரித்துவிடும்.

அவன்: எது பெண்ணே அவ்வளவு பயங்கரமான கருவி!

அவள்: உங்கள் மறதி.

எங்கிருந்தோ ஒரு தேன் குரல் கிளம்புகிறது. குயில் கவனிக்கிறது, வாயடைத்துப்போய்! மயில் ஆடாமல் நின்று விட்டது, மயக்கத்தால்!

இசையை முன்னே அனுப்பி தொடர்ந்து வந்தாள், துள்ளும் இளமை அள்ளும் அழகுசேர் ஆரணங்கு, ஒடிந்து வீடும் கொடியிடை, ஒய்யார நடனமாயிருந்தது! அழகு சதிராடும் அவள் விரல்கள் வழியே விழியை எங்கேயோ தூது விடுத்தாள். தூது முடிவதற்குமுன் புலியொன்று பாய்ந்தது. புலியைத் தொடர்ந்து அவள் எதிர்பார்த்த வீரனும் பாய்ந்தான். அந்தப் புது மொழியாள் சிறிது கலங்கினாள். வீரன் பேச ஆரம்பித்தான்.

வீரன்: வஞ்சிக் கொடியே! அஞ்சாதே! புலியை அடக் கினால்தானே இந்தப் புள்ளிமானை அணைக்க முடியும்!

வீரன் புலியின்மீது பாய்ந்தான். பயங்கரமான போராட்டம் நடைபெற்றது. புலியின் நீண்ட கோரமான

நகங்கள் அவன் இருதயத்தைப் பெயர்த்தெடுக்க முயற்சித் தன. புலியின் அகண்ட வாய்க்குள்ளே அவன் வணங்கா முடி அகப்பட்டுக்கொள்ளுமோ என்று அவள் துடித்தாள். புலியின் கால்களை வீரன் பிடித்துக்கொண்டான். நெற்கதிர் களைக் களத்தில் போட்டு கீழே அடிப்பதுபோல, வீரன் புலியை பலமுறை தரையில் அடித்தான். புலி தோல்வி யுற்றது.

அதைக் கையில் பிடித்து இழுத்துக்கொண்டு காதலி யிடம் சென்றான். காதலன் கன்னத்திலே புலியின் பற்களால் ஏற்பட்ட ரத்தத்தை எல்லாம் அவள் தன் முத்தத்தால் துடைத்தாள்.

கோவலனையே என் நெஞ்சாரக் காதலித்தேன். கணி கையர் குலத்தில் தான் பிறந்தேன். ஆனால் வேசியாக வாழ விரும்பவில்லை. விஷங் கலவாத நீரோடை என் காதல். என் காதலை பாலைவனமாக்கி என் கருத்தில் நுழைந்த கட்டழகரைப் பாண்டியன் பலியிட்டான். அவர் மேல் எனக்கிருந்த அன்பு என்னைத் துறவியாக் கிற்று.

ஆனால் தமிழ்ப் பெண்ணைக் கேளுங்கள்! "காதலிற் சிறந்தவளுக்கு ஒரு உதாரணம் கொடு" என்று.

என்னை வேசி, விபசாரி என்று வசைமாரி பொழிந்து நாடகம் நடத்துவார்கள் சிலப்பதிகாரம் தெரியாத வர்கள்..... சிந்தனையற்றவர்கள்......!

காதலுக்கு உதாரணம் இந்திரனைக்கூடிய கௌதம ரிஷி மனைவி அகல்யாவும், சந்திரனைக் காமுற்ற பிரகஸ்பதி

முனிவர் பத்தினி தாரையும் என்று......கதை கூறுவார்கள்......கா தலுக்காக வாழ்வையே தியாகம் செய்த என்னைச் சொல்ல மாட்டார்கள்.

அவர்கள் யார்?

அவர்கள், இளமை என்னும் இன்பச் சிறகடித்து, வாழ்க்கை என்னும் எழில் நீலவானத்தில் காதல் கீதம் பாடும் வானம்பாடிகள்.

"தீண்டத்தகாதவர்கள்." தங்கள் வயிறு நிறைவதற்காக உங்களை ஜாதிவாரியாகப் பிரித்தாளும் வஞ்சகர்கள் தீண்டத்தகாதவர்கள். நாய்களுக்கு அளிக்கும் உரிமைகூட நாட்டு மக்களுக்கு அளிக்க மறுக்கும் நச்சுக் கொள்கை யினர் தீண்டத் தகாதவர்கள்.

எந்த மனிதனுடைய வாழ்வை தங்கள் வாழ்விற்குத் தேவையாகக் கொள்கிறார்களோ, அதே மனிதனை ஜாதியின் பெயரால், அடிமையாக்கி வைத்திருக்கும் சதிகாரர்கள். தீண்டத் தகாதவர்கள்.

காங்கிரஸ் :

வீரர் சிதம்பரனார் இருந்த காங்கிரஸ், இன்று சில்ல றைச் சிவஞானங்களா லும், சின்னதுகளாலும் காப்பாற்றப் படவேண்டிய நிலைக்கு வந்துவிட்டது.

காங்கிரஸ் கரைகிறது. கரைந்து கொண்டே வருகிறது.

காங்கிரஸ், கருத்தில் பண்பில், பணிபுரியும் பாதையில் தவறிவிட்டது. தகாத வழியில் ஆழப்பதிந்து விட்டது. சுய நலம், சூழ்ச்சி, சுரண்டல், பதவி பர்மிட்டு வேட்டை, என்பனவே இன்றைய காங்கிரஸின் இலட்சணமாக மாறி விட்டது.

காங்கிரஸ் திட்டங்களை யெல்லாம் நாங்கள் எதிர்த்து வந்திருக்கிறோமா? நல்லவைகளை நாங்கள் பாராட்டிய தில்லையா?......... பாஷாணம் கக்கும் பாம்புகள் நெளியும் சோலையிலே...... பச்சைக் கிளிகளும் பறக்குமென்பது எங்களுக்கு தெரியும். பச்சைக்கிளிகளிடம் இச்சையும், நச்சரவுகளிடம் நாச நினைப்பும் கொண்டவர்கள் தாம் நாங் கள். பாம்புப் புற்றுகளை அழிக்கும்போது, சோலையின் சொந்தக்காரன், அழிப்பவனை சோலைக்கே எதிரி என்று கூறினால் அறிவுடைமையாகுமா?

தேர்தல் :

" கண்ணே! மணியே! கற்பகமே! பொற்சிலையே!'' என்று அழைத்து, காதலைக் கொட்டி, அவள் அன்பைப் பெறுவதற்காக வேறு சில மாதர்களைப் பழித்து, பலர் வாய்ச் சொல்லால் சில வாக்குகள் தந்து, விடிந்ததும் சொன்னதை மறந்துவிடுகிற மறந்துவிடுகிற சுந்தராங்கதர்கள் உண்டு. தேர் தலிலும் அந்த ரகத்தவர் பலருண்டு!

பணம்:

பணம் மோகனமான மூன்றெழுத்தழகி! முட்டாளின் மஞ்சத்திலே கொஞ்சுவாள் முரடனின் கையிலே சிக்குவாள் படித்தவனை பம்பரம்போல் ஆட்டிவைப்பாள். பஞ்சையை துடிக்கவிடுவாள். பாசத்தை துண்டிப்பாள். நேசத்தைக் கண்டிப்பாள். தெய்வத்திரை போட்டுக்கொள்வாள். தியாகியின் வேஷத்திலே திருட்டுச் சதிராடுவாள். அந்தக் கன்னியின் ஆட்டத்திலே கண்ணிழந்தவர் கணக்கற்றவர்.

ஏ பணமே! பகல் இரவு என்று பாராது பாடுபட்டு, பசி பசி என்று ஏங்கி நடுநிசியிலே நின்றாலும், இதோ கொஞ்சம் புசி, புசி என்று கூறிடாத இரும்பு நெஞ்சரின் இரும்புப் பெட்டியில் தூங்கும் பணமே!

குச்சுவீட்டில், ஏழை உணவின்றி ஓய்ந்து கிடக்கவும், மச்சுவீட்டில் பணக்காரர்கள் மதுரகீதம் பாடவும், பாழும் நிலையை உண்டாக்கிய பணமே! உலகத்தின் உயிரே! இன் னும் எத்தனை நாளைக்கு இந்தச் சோம்பேறிகளின் வீட்டில் வாழப்போகிறாய்? வரப்போகிறது பாட்டாளிகளின் படை யெடுப்பு. வந்து சேர் பார்த்துக்கொள்கிறேன்.

விவேகம்:

சிந்தனை என்ற வயலில், ஆராய்ச்சி என்ற நீர் பாய்ச்சி, பகுத்தறிவுப் பரம்படித்து, உயர்வு தாழ்வு என்ற மேடு பள்ளங்களைச் சமப்படுத்தி, மூடமதி என்ற களையை அகற்றினால், கிட்டுவதுதான் விவேகம்.

மது:

மது! இந்த உலகை நிலை கலக்கியதே அது. நாக்குடன் நின்றுவிடாது. நன்றாகச் சிந்தித்துப்பார் தோழனே! சாது எனப் பெயர் கொண்டோரும், அரசியல் மேடை யிலே வாதுபுரிவோரும், மதுவின் முன்னே மண்டியிட்டு, ஒழுக்கம் என்ற ஒற்றையடிப் பாதையிலே வழுக்கி விழுந்து நாசமடைகிறார்கள்.

சமுதாயம் : சமுதாயமே, பிச்சைக்கார மடம், பைத்தியக்கார விடுதி; திருடர் குகை.

சமுதாயப் புரட்சி:

சமுதாயப் புரட்சி, ஆலகால விருட்சத்தின் கிளையை வெட்டுவது அல்ல. அதன் ஆணிவேரையே பெயர்ப்பது தான்.

உலகம்:

ஆடம்பரத்திற்கும், அக்கிரமத்திற்கும். அடங்கி நடப் பதுதான் இந்த உலகம்.........

உலகம், ஒரு பொறாமைப் பூச்சாண்டி! அநீதியும் அக்கிரமமும் சூழ்ந்த இந்த உலகத்திற்காக வீரன் அஞ்சு வதும் அடங்குவதும் மடமை.........

பைத்தியக்கார உலகம். இந்த உலகத்தில் ஏமாற்றித் திரிபவன்தான் பிழைக்கமுடியும்........

தாய் :

பத்துமாதம் சுமந்து படாதபாடு பட்டவள் தாய், பாலூட்டி சீராட்டி வளர்த்தவள் தாய், தொட்டிலிலே போட்டு ஆராரோ பாடியவள் தாய். வெள்ளிக்கிண்ணத் திலே பால் சோறு போட்டு, தாழ்வாரத்தில் தவழ்ந்தோடும் பிள்ளைக்கு ஊட்டி மகிழ்பவள் தாய்.

மஞ்சள் நீராட்டி, மகனின் மழலை மொழிகேட்டு, "பள்ளிக்குச் செல்லடா கண்மணி" என்று அவன் பின்னழ கைக் காணத் துடிப்பவள் தாய்.

மகனுக்குத் திருமணம் செய்து, மகனும் மருமகளும் மஞ்சத்திற்குச் செல்லும், அந்த நாள் வராதோ என்று ஏங்கிக்கிடப்பவள்,தாய்.

கலை :

எத்தனையோ கவிஞர்கள் கருத்துக்குப் பொருத்தமற்ற கற்பனைகளைச் சிருஷ்டிக்கிறார்கள். கலை என்ற பெயரால் அந்தப் பொய் மூட்டைகளை, பொன்னுக்கு விற்கிறார்கள். அங்கே பொய் கலையாகிறது......

வில்லிலிருந்து பறக்கும் அம்பு எத்தனையோ உயிர்களைக் குடிக்கிறது. வீரத்தின் பெயரால், அங்கே கொலை, கலை யாகிறது....

காமலீலையில் ஈடுபட்ட காதலரை, ஓவியமாக்குகிறான் சித்திரக்காரன். ஓவியம் என்ற பெயரால் காமம், அங்கே கலையாகி விலையாகிறது.

கம்பராமாயணச் சோலையிலே வந்தோம். அங்கே பூத்துக் குலுங்கியிருந்த மலர்களில் பூநாகங்கள் நெளிவ தைக்காட்டினோம். நாமம் போட்டிருப்பது ராமனல்ல, நம் இனத்தைக் கடிக்கவந்த நல்லபாம்பு என எச்சரித்தோம். அதோ சலசலவென ஓடுவது நீரோடையல்ல. நம் கலை வளத்தை நாசமாக்கும் விஷவாய்க்கால் என விளக்கினோம்.

அதோடு விட்டோமா! ராமன் தரிசனத்தால் புளகாங் -பொங்கி நின்ற கிதமுற்று - பூரிப்பு தாங்கமுடியாமல் பூமாதா சீதாதேவியைப்பற்றி கம்பர்பாடிய பாடலைப்

பற்றிக் கூறினோம். அந்தப் பாடலிலே, மகிழ்ச்சி தாங்க முடியாமல் சீதையின் மறைவிடம் திடீரென விம்மிய தையும் - அதனால் மேகலாபரணம் அறுந்து விழுந்ததையும் கம்பர் வருணித்திருக்கிற பாங்கைப் பிடித்துக் காட்டினோம் மகாலட்சுமி அவதாரத்திற்கு 'வாமமேகலையில் வளர்ந்தது அல்குலே'' என்று மட்டமாக வருணனை தந்த கம்பனின் கேவலபுத்தியைக் காட்டினோம். இவைகள் தேவையா என்று கேட்டோம்; கேட்கிறோம்.

மதப் போர்வையில் மறைந்து, மக்களை மடமையில் ஆழ்த்தும் இலக்கியங்கள் அல்ல. வீரமும் அறிவும் கொஞ்சி விளையாடும் இலக்கியங்களே தேவை.

மக்கள் பண்பு உயர கலை தேவையே தவிர, மாடமாளி கையிலே மலர்ச்சோலையிலே - மஞ்சத்திலே - மகிழ்ச்சிக்கடலில் மூழ்கிக்கிடக்க. மங்கையர் வனப்பை வர்ணித்து, ஆனந்த லாகிரியில் அமிழ்ந்துகிடக்க, கண்ணீரானது கரை புரண்டு கடலில் கலக்கும் விதத்திற்கு உதாரணம் தேட கலை தேவையில்லை.

கலை, காலத்தின் கண்ணாடியாக இன எழுச்சியின் முரச மாக இருக்கவேண்டும்.

தூக்குமேடை :

"ஏ! தூக்குமேடையே! நீதியின் முன்னே நிறுத்தப் பட்டு மரண தண்டனை பெற்ற எத்தனையோ துரோகிகளின் பிணங்களை முத்தமிட்டிருக்கிறாய். சதி செய்தவர்கள், கொலை புரிந்தவர்கள் ராஜத்துரோகிகள், இத்தனை பேரையும் கழுத்தை நெரித்திருக்கிறாய். எங்கள்

ரத்தத்தில் துரோக உணர்ச்சி இருக்கிறதா என்று சுவைத்துப் பார்! எங்கள் இருதயத்தில் சதியாலோசனை தேங்கியிருக்கிறதா என்று சுவைத்துப்பார்! எங்கள் எலும்புக் கூட்டில் சூழ்ச்சி எண்ணம் ஒட்டிக்கொண்டிருக்கிறதா என்று சுவைத்துப் பார்.

தூக்குமேடையிலே உரைந்திருக்கும் இரத்தத்திலே எத்தனை உத்தமர்களின் வரலாறு எழுதப்பட்டிருக்கிறது தெரியுமா? அங்கே அறுத்தெறியப்பட்ட நரம்புகள் ஒவ் வொன்றும் - ஒடித்தெறியப்பட்ட எலும்புகள் ஒவ்வொன் றும், பேச ஆரம்பித்தால், எத்தனை "நேர்மை" அம்பலத்துக்கு வரும்!

நீதிபதிகளின் குற்றவாளிக் கூண்டிலே மரண தண்டனை பெற்ற நிர பராதி — அவன்மேல் அபாண்டங்களைச் சுமத்தி, அவனை அழித்த ஆனந்தத்தில் வக்கீலோடு கை குலுக்கும் வறண்ட நெஞ்சத்தினன் - தூக்கிலே தொங்கவேண்டியவன் தோகை மயிலாளின் மடியிலே!...... எதிர்க்கத் தெரியாத ஏழை சுருக்குக் கயிற்றின் அணைப்பிலே!...... இப்படியெல்லாம் பேசத் துவங்கும் அந்த நிரபராதிப் பிணங்கள்.

பசி :

பசி! பெரும்பசி! கோரப்பசி! ஜார் மன்னனை ஆட்டிப் படைத்தபசி; பிரெஞ்சு மன்னன் லூயியைப் படாதபாடு படுத்திய பசி. சர்வாதிகாரிகளின் சாம்ராஜ்யங்களையே சாய்த்துத் தலைகுனியச் செய்த பசி! பாஸ்டில் சிறையை சுக்கல் சுக்கலாக உடைத்தெறிந்த பசி.!

இயற்கைதான்: *பாடுபட்டு பாதாளம் தோண்டிப் பசும்பொன் எடுத்த வன் முகத்திலே கிளம்பும் ஜோதி, தங்கத்திலே கிளம்பு வதைவிட மாற்றில் அதிகம்தான்.........*

மூச்சடக்கி முத்தெடுத்தவன் வீழ்களிலே அரும்புகின்ற களிப்பு, முத்தின் ஒளியைவிட தரத்தில் உயர்ந்ததுதான்...

கூரிய முட்காட்டில் நடந்துசென்று, கீறிடும் முட்களுக் கிடையே உள்ள ரோஜாமலரைப் பறித்திட்ட பாவையின் நெஞ்சிலே தவழும் குளிர்ச்சி, மலரின் குளிர்ச்சியைவிட உயர்ந்ததுதான்,

ரஷ்யாவிலே :

ரஷ்யாவிலே ஒழுங்காக மழை பொழிவதில்லை. எனவே அவர்கள் மழையை மதிக்காமல், தங்களுக்கு வேண்டிய உணவுப் பொருட்களை விளைவிக்கும் வித்தையைக் கண்டு பிடித்து வைத்துக்கொண்டிருக்கின்றனர். அதனால் அவர் கள் பஞ்சம் கண்டு அஞ்சுவதில்லை,

அந்த நாட்டில் எவ்வளவு போர் நெருக்கடியான காலத்திலும், உணவு நெருக்கடி தோன்றவில்லை, மேலும் அங்கே மக்கள் வாழ்க்கை வளம் நிறைந்ததாக ஆக்கப்பட் டிருக்கிறது. வாழ்க்கைத் துன்பம் அங்கு மருந்துக்கும் கிடையாது, இதனால் அங்கு திருட்டு, சூது, வஞ்சகம் கொலை, போன்ற குற்றங்கள் நடைபெறுவது அரிது. மக் கள் எத்தேவையும் அற்றவகையில், எல்லா வசதிகளும் உடையவர்களாக வாழ்வதால், அங்கு அரசாங்கத்திற்கு எதிர்ப்புயில்லை. மக்களிடை எரியுணர்ச்சியுமில்லை.

அமைதியும், சாந்தமும், மகிழ்ச்சியும் பெருகிய மக்கள். வாழ்வு அங்கு நடைபெறுகிறது.

திராவிட முன்னேற்றக் கழகம் :

தி, மு. கழகம், ஜனநாயகத் தோட்டம்! அந்தத் தோட்டத்து இலட்சியப் புதுமலர்கள், அதிலே பணியாற் றும் இளைஞர்கள், வானத்திலே கருமேகங்கள் வந்தால்தான் மழை பொழியும். நாங்கள் கருமேகங்கள்; திராவிடத்திலே வந் துள்ளோம்; அறிவு மழை பொழிய, பகுத்தறிவுப் பயிர் வளர.

பிள்ளை வரம் :

கன்யாகுமரியில் கடலாடி, காசி விஸ்வேசரைப் பணிந்து, காவிகட்டிய ஆசாமிகளின் காலில், விழுந்து பிள்ளைவரம் கேட்டுப்பார்த்தாகிவிட்டது.......?

திருட்டு :

மளிகைக்கடையில் சாமான் வாங்கும் சாதரணப் பேர் வழி, கொஞ்சம் உளுந்தை எடுத்து தன் கூடையில் போட் டுக் கொண்டால், அது திருட்டு, கடைக்காரன் முக்கால் மணங்கை முழுமணங்காக அளந்தால், அது வியாபாரத்தந்திரம்.........

சா தாரண மனிதன் பொய் சொன்னால் அது பஞ்சமா பாதகம். வக்கீல் சொன்னால் திறமை..........

குடிசையில் வாழும் குப்பன் குடித்துவிட்டு ஆடினால் அவனுக்குக் குடிகாரப்பட்டம். அதே காரியத்தை பெரிய

மனிதர்கள் என்று பேசப்படுவோர் செய்தால், அது "எஞ் சாய் மெண்ட்'......

சாதாரணமனிதன் தன் மனைவியைப் பிறருக்குத் தானம் செய்தால், அது மானமற்ற காரியம்! அதே வேலையை இயற்பகை நாயனார் செய்தால், அது பக்திப் பிரவாகம்.

கைலாசத்திலே :

கங்கை தன் காதலன் சந்திரனிடம் கூறுகிறாள்: 'ஆகாயத்திலிருந்து என்னைப் பகீரதன் கூப்பிட்டான். பகீரதனுடைய அழகைக்கண்டு என் மேனி குலுங்கிற்று மேனி மட்டுமா? இதயமே குலுங்கிற்று. அந்தக்காம தாகத்தை வருணிக்க என்னால்முடியாது சந்திரா! கம்பன் பிறந்து வரவேண்டும்.!

அவ்வளவு எல்லை மீறிவிட்டது என் உணர்ச்சி! ஒரு நாட்டு மன்னன், சகலபோக பாக்கியமுள்ள ஒரு சக்கர வர்த்தி அவனோடு சரசசல்லாபமாடி..... ஜென்ம சாபல்யம் அடையலாம் என்று கனவு கண்டேன்,

ஆனால் அந்தக் கையாலாகாதவன் என்னை இந்தக் கைலாசக் கிழவனிடம் தள்ளிவிட்டான். இவனோ கிழவன்...... கிழவன் மட்டுமா...... தாருகாவனத்து ரிஷிகளின் மனைவிகளுக்காக.... உடலை தேய்த்துவிட்ட எலும்புக் கூடு.

அது மட்டுமா சந்திரா! பக்கத்திலே பார்வதி இன்பக் கேளிக்கைக்கு கால அட்டவணை. ஒருத்திக்கு ஒருநாள் முறை, என்னால் முடியுமா? என்போன்ற யுவதிகளால்

முடியுமா?...ஏன்...பார்வதியால்தான் முடிந்ததா?......பிர் மாவையல்லவா கேட்கவேண்டும் அந்த கதையை!"

பரலோகம்:

படைவீரன் வேடத்திலே பார்க்கமுடியாத லோகமப்பா அது! பக்தர் உடையிலே காணவேண்டும், அந்த திவ்ய லோகத்தை! போர்க்கருவிகள் கூடாது; புனிதமான விபூதியணியவேண்டும், கச்சை கட்டக்கூடாது, களம் நுழைதல் ஆகாது. காவி--கமண்டலம்--காடு--பின்னர் கடவுளின் லோகம் காணலாம்.

விதவை கேட்கிறாள் :

உள்ளக் கிடக்கைகளை ஒளிக்காமல் சொல்பவள், விபச் சாரியா? எது விபச்சாரம்? கணவனை இழந்தவர்கள் கண் ணீரும் கம்பலையுமாக நிற்பது விபச்சாரமா?

நீ மனைவியை இழந்தாயே, உனக்கேன் நெற்றியில் பொட்டு?

நீ மனைவியை இழந்தாயே, உனக்கு ஏன் வித விதமான வாசனைத் திரவியங்கள்?

நீ மனைவியை இழந்தாயே, உனக்கேன் உல்லாச வாழ்க்கை?

உணர்ச்சி உனக்குமட்டுந்தானா இருக்கிறது? உனக்கு மட்டும்தானா உரிமை? பெண்களைக் கண்டதும் இளிக் கிறாயே, அது விபச்சார வாழ்வு அல்லவா!......

இது ஒரு உலகம்! இது ஒரு வாழ்வு? இதற்கொரு சமுதாயம்! இத்தனையும் கட்டியாள ஒரு கடவுள்.

பெண் :

லாயத்தில் தள்ளியடைக்கப்படும் குதிரைக்குக்கூட கனைக்க உரிமை இருக்கிறது. இந்த நாட்டில் பெண்களுக்கு அந்த உரிமைகூடக் கிடையாது.

நீ ஒரு திராவிடன்:

வடலூர் இராமலிங்கம் கேட்கிறார்; "நானும், பட்டினத்தாரும், தாயுமானவரும், பதினெட்டுச் சித்தரும், எவ்வளவோ பாடிப்பார்த்தோம், இந்தப் பாழ்பட்ட நாட்டைப் பண்படுத்த. நாங்கள் பட்ட தொல்லைகள் கொஞ்சமல்ல.

என்னை ஒரு அறையிலே தள்ளிக்கொன்று. அருட்பெருஞ்சோதியிலே ஐக்கியமாகிவிட்டதாக, அறியாத மக் களிடம் அறிவித்துவிட்டனர்,

இவ்வளவு அல்லலுற்றோமே... ஆனால் தமிழனைக் கேட் டுப் பாருங்கள், “உன் நாட்டில் சமரசகீதம் பாடியவர்கள் யாரப்பா?” என்று. நாங்கள் அவன் நெஞ்சில் இடம் பெற மாட்டோம்.

ஆனால் சாதாரண சாயிபாபா அவன் நெஞ்சில் மட்டுமல்ல, பொத்தானாக, மோதிரமாக அவன் உடலிலும் இடம் பெறுவார். காரணம் என்ன???.........

இராமலிங்கமே! நீ ஒரு திராவிடன்.

சரஸ்வதி பூஜை:

“கல்விக்குத் தெய்வம் சரஸ்வதி. அவளுக்குப் புரட்டாசியிலே பூஜை, நூற்றுக்குத் தொண்ணூறுபேர் படிக்காத குருடர்கள். கனதனவான்களெனத் திரிபவருக்கே கையெழுத்துப்போட தெரியாதே.!

அவர்கள் அகராதியில்:

செல்வத்திலே புரளலாம். சர்வாதிகார சல்லாபசீலராக இருக்கலாம். சங்கீத சிரோன்மணியாகப் புகழப்படலாம். சகலகலா வல்லபராய், கவிஞராய், சண்ட மாருதப் பிரசங்கியாய், இருக்கலாம். தமிழனாகப் பிறந்துவிட்டால் யாராயிருந்தாலும் சூத்திரன் இது அந்த இடத்து அகராதி,

சாதி:

சாதி, சாதி என்று பேசுகிறீரே-பாதிக்குதே பசி என்று கதறி வீதியிலே புரளும் வடக்குமலைப் பரிதேசிக்கு உங்கள் சாதி, சாதித்த நீதி என்ன?

ராமநவமி:

சம்பூகன் என்ற திராவிடன் தவம் செய்ததற்காக சூத் திரன் தவம் செய்யலாகாது என்று அவன் தலையை அறுத் தெரிந்தான் ராமன். அந்தக் கருணை உள்ளத்தைக் கௌரவிக்கவா ராமநவமி!

கிருஷ்ண ஜயந்தி : குளத்திலே நீராடிய பெண்களின் சீலையைத் திருடிக் கும்மாளம் போட்டான்

கோபாலகிருஷ்ணண், அந்தக் கோணல் நடத்தையை நம் குமரர்களும் கற்றுக்கொள் ளவா கிருஷ்ண ஜயந்தி!

தளபதி:

வீணை மீட்டப்படுவதற்கு முன், அதற்கு வீணையென்ற பெயரில்லையா? வாள் வீசப்படுவதற்குமுன் அதற்கு வாள் என்று பெயரில்லையா?

அதேபோலத்தான் எங்கள் தளபதியும்.

சென்னை:

முதுகெலும்பு ஒடிய மூட்டை வண்டி இழுக்கிறானே குதிரைக்குப்பதிலாக நரம்பு தெறிக்கத் தெறிக்க ரிக்ஷா இழுத்துக் கூனிப்போயிருக்கிறானே- நாயைப்போல் சுருண்டு நடைப் பாதையில் குடும்பத்துடன் வாழ்கிறானே-அந்த நல்லவன் நாதியற்றவன், நாலுகால் மிருகத்தைப்போல் உழைக்கிறானே, அவனைப் பார்த்ததில்லை, நீங்கள்!

சென்னை புனிதமான நகரம், அங்கே மனிதன் மிருகம்.

பகுத்தறிவு :

இரக்கமற்ற மனிதர்களை, பகுத்தறிவாளர் என்று சொல்வது தவறுதான்.

உள்ளது:

பிச்சைக்கார உடையிலே எத்தனையோபேர் பணக் காரராகி யிருக்கிறார்கள். பைத்தியக்கார வேடத்தில்,

எத்தனையோபேர் லட்சாதிபதிகளாய் உலாவுகிறார்கள். தேவாலயத் திருப்பணி, திருமாலுக்குத் திருவிழா, இந்தத் திரையிலே எத்தனையோ திருடர்கள் உலாவுகிறார்கள்.

அரசியல் :

சூதாடிகளின் தனியுடைமை அல்ல அரசியல்.

அரசியல் வேதாந்திகள் ஆபத்தானவர்கள்.

மனிதன் வாழவேண்டும்; ஏமாறாமல்; பிறரை ஏமாற் றாமல். இதுதான் நாட்டுக்குத் தேவையான அரசியல் குறிக் கோள்.

பட்டினிப் பட்டாளங்கள் நிறைந்துள்ள நாட்டிலே, எந்த அரசியல் வாதிதான் நிம்மதியாக இருக்கமுடியும்.

அன்பொழுகப்பேசி, நல்வாழ்வு தருவதாக உறுதி கொடுத்துப் பதவி பெற்று, நிலைவந்ததும் முன் நிலை மறந்து மோசம் செய்வ தல்ல அரசியல்.

மக்களுக்கு கொடுத்த உறுதிக்கு மாறாக ஒரு அரசியல் வாதி நடப்பது அரசியல் ஒழுங்கீனம் மட்டுமல்ல; அது அரசியல் கொள்ளை.

அரசாங்கம் பணக்காரர்களின் பாதுகாப்புக்கோட்டை யல்ல; அது ஏழைகளின் தனி அரண் அரசாங்கத்தின் கண்ணில் படவேண்டியது பணக் காரனின் மாடமாளிகையல்ல; ஏழையின் மண்குடிசை.

உழைப்பவன் ஒருவன்; ஆனால் அந்த உழைப்பின் பலன் குவிவது அவனிடத்தில் அல்ல. வியர்வை சொட்டும் அவன் நெற்றிக்குப் பரிசு, ஒட்டி உலர்ந்த வயிறு. இதைத்தான் அரசாங்கம் கவனித்தாக வேண்டும்.

கனலைக்கக்கும் எரிமலை; குமுறிவரும் வெள்ளம்; சுழன் றடிக்கும் புயல், நடுங்கவைக்கும் பூகம்பம், இவை முன் னெச்சரிக்கை செய்வதில்லை, அதைப் போல் தான் ஏழை யின் குமுறல்

இந்த நாட்டில் மலிந்துவிட்ட சரக்கு, அரசியல் பித்த லாட்டம் தான்.

நாம் பெற்ற சுதந்திரம் :

புலியிடம் சிக்கிய புள்ளிமானை மீட்டு, வேடன் கையில் ஒப்புவித்து, மானின் சுதந்திரத்தைப்பற்றி பரணிபாடுவது போல, பரங்கியரின் பிடியிலிருந்து விடுபட்ட நாம் பனி யாக்களின் கோரப்பிடியில் சிக்கியும், ஆனந்தப் பள்ளு பாடப்படுகிறது.

பண் பாடுகிறார்கள், சுதந்திரம் வந்துவிட்டதென்று. அதை அவர்கள் இன்னும் சற்று உரக்கப்பாடவேண்டும். அப்பொழுதுதான் ஏழைகளின் சோகப் புலம்பல் கேட் காது!

ஆட்சி நமது; அதிகாரம் நம் கையில்; ஆள்பவர் நம்ம வர் என்று தெம்மாங்கு பாடுகிறார்கள் தேசியத்தோழர்கள், நாம் நம்மை சரியாக ஆளவில்லை; அதிகாரத்தையும் முறை யாக உபயோகிப்பதில்லை; அதனால் தான் நடக்கும் ஆட்சி நம்முடையது என்பது புரியாமலிருக்கிறது என்று கூறு கிறோம் நாம்.

அதிகாரமாற்றம், நிலைமாற்றத்தை உண்டாக்கியிருக் கிறதா இந்த நாட்டில்!

சுதந்திரம், சிறுபிள்ளையை ஏமா ற்றும் கிலுகிலுப்பை அல்ல; ஒரு நாட்டு மக்களின் வாழ்வையே மாற்றும் உணர்ச்சி நிலை.

எந்த நாட்டில் புல்லுருவிகள் அழியுமோ, எந்த நாட் டில் உழைக்க ஒவ்வொரு மனிதனும், ஆசைப்படுவானோ. எந்த நாட்டில் பாழ்பட்ட விதியில் நம்பிக்கையில்லாம லிருக்குமோ, எந்த நாட்டில் ஏமாற்றமும் சுரண்டலும் தேசிய சேமிப்புகளாக இல்லா திருக்குமோ, எந்த நாட்டில் குருட்டு நம்பிக்கையும் வரட்டு வே தாந்தமும் கலை கலாச் சாரமாக போற்றப்படாதோ, எந்த நாட்டில் பகுத்தறிவுக் கிளர்ச்சிக்கு ஆதரவு இருக்குமோ, அந்த நாட்டில் தான் நிலவமுடியும் நிலையான சுதந்திரம்.

சிறை:

சிறைச்சாலை என்ன செய்யும்? கேவலம் இந்த உடலை வேண்டுமானால் பிடித்து வைத்திருக்கும். என் லட்சியத்தை அது தொடக்கூட முடியாது.

இயற்கை:

வளமை குலுங்கிடும் வயற்காடுகள். பொன் முத்துக் களைச் சுமந்து நிற்கும் நெற்றாட்களின் மீது கதிரவனின் ஒளிபட்டு ஜரிகையென மின்னுகின்றன. வயலின் பக்கத்தே யுள்ள பசும் புற்றரைகளில் கொழுத்த பசுக்களும், அவைகளோடு கொஞ்சிக் குறும்பு விளைவிக்கும் கொழுந்துக் கன்று களும் காட்சி தருகின்றன.

மலர்களிலே பனிதூங்க-கனி தாங்கியபடி மரங்கள் நின்றிட-தோகை விரித்த மயிலும்-துள்ளியாடும் மானும்-கானம் எழுப்பும் குயிலும்-களிநடம் புரியும் சிறுமியரும் எழிலூட்டிட சோலைகள் காட்சி வழங்குகின்றன.

பொங்கல் விழா :

மாவடுக் கண் சிமிட்டி, தேனடை இதழ்திறந்து பால் ஒட்டிலே துவைத்த பொங்கலை வெல்லப் பாகிலே சமைத்த பொங்கலோடு, வயிறாற மனமார உண்ண மனைவியழைக்க, குழந்தை கருப்பஞ்சக்கையை முகத்திலே உமிழ்ந்த குறும்பு நிகழ்ச்சியை சொல்லியபடியே கணவன் சமையற்கட்டினுள் ஏக, பைங்கொம்பு தந்த தேன் இனிப்பா, இல்லை பைங் கொடியாள் சிந்தும் மொழி இனிப்பா என்ற பிரசினையைத் தீர்க்கமுடியாது அவன் திக்குமுக்காட, அப்போது அப் பிரசினைக்கு முடிவளிக்கும் வகையில் சிறுவன், "இந்த பாருப்பா...... என்னோட ரொம்ப தித்திக்குதப்பா!'' என்று பாதி தின்ற தேன்கதலியை அப்பாவின் உதட்டிலே தடவ- இப்படி யானைக்காதினும் பரந்த குறுத்து இலையில் கொச்சி மஞ்சளும் பச்சை

இஞ்சியும் இயற்கையின் பிரதிநிதியாக பதவியேற்க, பொங்கல் மகிழ்ச்சிப் பொங்கலாகப் பொங்கி யது.

"அறுவடை முடிந்ததா அத்தான்?" என்று அவள் கேட்க, "எதிரிகளின் படையை நம்மன்னர் அறுத்துக் குவிக்கும் போது, மன்னன் மார்பிலிருந்து உருண்டோடிய மாணிக்கத்தைப்போல, இதோ பார் நெல் மணிகள்!'' என்றுகூறி, ''அதோ பார் கொல்லையில் ஆரியனின் வயிறு போல வைக்கோற்போர்" எனக்காட்ட, "அத்தான் பத ரைத் தூற்றவேண்டாமா எனக்கேட்டு முறம் எடுக்கச் செல்பவளைப் பார்த்து, "கண்ணே, தமிழினத்தில் வந்து கலக்கும் ஆரியக் கொள்கைகளை அகற்றுவதுபோல் இந்தப் பதர்களை அகற்று, என்று சொல்லிச் சிரித்தான் அவன்.

மனித ஜாதியில் :

மிருக ஜாதியில் புலி மானைக் கொல்லுகிறது. மனித ஜாதியில் மான் புலியைக் கொல்கிறது.

வாழ்வு :

''மலர் மலரும்......மணம் வீசும்......கருகி மடியும்" பூ மலர்வதும், கருகி மடிவதும், 'காயமே இது பொய் யடா'' எனக் கழறுபவர் பயன்படுத்திக் கொள்ளும் உதாரணங்கள். ஆனால் மலர்ந்த பூ மணம் வீசுகிறதே, அதைத் தான் அறிவியக்கம் சுட்டிக்காட்ட ஆசைப்படுகிறது.

மனிதன் பிறக்கிறான், சாகிறான். வந்த வழியைப் பார்த்துக்கொண்டு போவதே மனிதன் லட்சணம், ''என, வாழ்வை வெறுத்தவர் பேசுவர், மலர் மலர்வதும், கருகி உதிர்வதும் தான் அவர்கள் கண்களில் படுமே தவிர, மலர் தரும் இன்ப வாசம் அவர்கள் உணர்வைத்

தொடுவதில்லை. தொட்டாலும் அதை உரைக்க மறுக்கின்றனர்.

மடியப் போகிறோமே என்று மலர் மணம் தராமல் இருக்கிறதா?......அப்படியிருக்கும் மலரைத்தான் மக்கள் விரும்புவரா? வயது நீண்ட வாடாமல்லிகையை வரவேற்ப வர் யார்? சாகப்போகிறோமே என்பதற்காக, சமுதாயத்துக் குச் செய்யவேண்டிய பணியைச் செய்யாமலிருப்பதா? மலர் மணம் தர மறுப்பதா?........

கண்ணைக்கட்டி காட்டிலே விட்டு, கரடியோடு கொஞ்சு என்று கட்டளையிடுவதற்குப் பெயர் திருமணமா? விஷத்தை வேலில் தடவி விழியில் சொருகுவதற்குப் பெயர் தான் வாழ்க்கை ஒப்பந்தமா?

இளைஞர் உலகு :

இன்றைய இளஞ் சமுதாயம், இளைஞர் உலகு நல்லறிவு பெற்று வாழ்க்கை வாழ்வதற்கே என்ற வகையான கொள் கையைக்கொண்டு முன்னே ற்றமடைய, பள்ளி வாழ்க்கை ஒரு சிறந்த சாதனமாக, தூண்டுகோலாக, வழிகாட்டியாக அமைந்திடவேண்டும். 'அதற்கான முறையில் பள்ளி போதனை அமைக்கப்படவேண்டும்,

அனுக்குண்டு காலத்திலே அனுமார் மகாத்மியத்தை பாராயணம் செய்து அடையப்போவது என்ன? க ண் முன்னே காணும் இன்பத்தை மறந்து, வெறுத்து, ஒதுக்கி, இறந்த பின்னர் பெறப்போகும் அந்த லோக வாழ்வு பற்றிய விளக்க ஏடுகள் பள்ளிகளில் தேவை தானா?

இளைஞன்; நினைத்தாலே உற்சாகமூட்டும் சொல்; மனித இனத்தின் கற்பனைத் துடிப்பேறிய அங்கம். நாடு நலம் பெற, வீழ்ந்த மக்கள் எழுச்சி பெற, வீணர் சதிராட்டத் திற்கு முடிவுகாண, துள்ளியெழும் வீரனவன்.

அறியாமை இருட்டறையா! அதில் பகுத்தறிவு விளக் கேந்திச் செல்லும் ஆர்வம் அவனுக்குத்தான் உண்டு.

ஏமாற்றுக்காரனின் தகிடுதத்தமா! அதை அறிவியக் கச் செம்மட்டி கொண்டு அடிக்கும் உள்ள உறுதி உண்டு அவனுக்கு.

சோம்பேறிகளின் பித்தலாட்ட நாடகமா! அதன் அழு கிப்போன பகுதியை சுட்டிக்காட்டும் வன்மை உண்டு அவனுக்கு.

கூனிக்குறுகி குடல் சுருங்கி, குழிவிழுந்த கண்களோடு கூட்டம் கூட்டமாய் வாழ்கிறார்களே, அந்த ஆயிரமாயிரம் ஏழைகளுக்கு வாழ்வு எப்போது, அந்தக் குழிவிழுந்த கண் களிலே ஒளியேறுவது எந்நாள், என்று வீரமுழக்கம் செய் யும் அந்தக் காளையை நம்பித்தான் இருக்கிறது இந்த நாடு; ஏன் எந்த நாடுமே தான்!

இளமைப் பருவும், கட்டுப்பாடற்ற காட்டாறு. அதன் கம்பீரப்போக்கை குலைக்க, குடும்பச் சுழல்கள் இருப்ப தில்லை.

கொஞ்சும் மனைவி, மழலை பேசும் குழந்தை எவ்வளவோ இன்பம் நிறைந்த பொருட்கள் தான். ஆனால் வெளியே குமுறிக் குமையும் ஏழை உலகை மறக்க வைக்கும் போதை அவற்றில் உண்டு.

பாசக் கயிறுகளால் பிணைக்கப்படாத இளைஞனே, உன்னை நம்பித்தான் இந்த உலகம் இருக்கிறது.

ஒரு நாட்டின் உயிர் நாடியாக இருப்பது, அந்த நாட் டின் இளைஞர் சமுதாயம். அதனால் தான் இளைஞனை குருடனாக்க முயலுகிறார்கள், பிற்போக்கு சக்தியின் பிரதிநிதிகள்.

எங்கள் திராவிட சமுதாயம், எவ்வளவு அழகான பூந்தோட்டம்! ஆனால் இன்று அது காவலற்றுப் போன மலர்க்காடு. அதில் சூறையாடிக் களிக்கும் காட்டு மிருகங்களின் கொட்டம் அடக்க எழுந்த தீரன், திராவிட இளைஞன்.

போர்ப்பரணியா ! அது தான் திராவிட இளைஞனே உன் மரபு. களத்தில் வீரம் விளைத்தது உன் பரம்பரை; காவியத்தில் வீரம் பாடியது உன் பரம்பரை; கா தலையும் வீரத்தையும் கண்ணின் இரு மணிகளாகக் காத்தது உன் பரம்பரை.

ஆனால் இடைக் காலத்தில் இன்பம் விலைகூறி வந்த சோ தாக்களிடம் மயங்கித் தன்னை மறந்து விட்டது.

ஆயிரமாயிரம் பொய்கள்!

ஆயிரமாயிரம் வஞ்ச கவலைகள் ! ஆயிரமாயிரம் மோசக் கருத்துகள், அவ்வள வுக்கும் தலை பணிந்தான் தமிழன்.

தமிழச்சியின் மானம் காக்க, தமிழனின் வீரம் காக்க, தமிழ் நாட்டின் வாழ்வில் படிந்து விட்ட கறையைப் போக்க வேண்டிய பொறுப்பு உண்டு உனக்கு-தன்மான மிக்க திராவிட இளைஞனாக பிறந்துவிட்ட உனக்குத்தான்.

பள்ளியிலே உள்ள சில கள்ளிகளைக் களைந்துவிட்டால், அது மாணவர்கள் துள்ளி விளையாடும் பூந்தோட்டமாகி விடும்.

அங்கும், இங்கும் :

மண்டைக் கர்வம் கொண்ட மலான், "வெள்ளைய ரோடு வாழாதே" என நம் கண்மணிகளைச் சட்டத் தைக் காட்டி துரத்துகிறான்.

நாம் எட்டுக் கோடி மக்களின் வாழ்வை எட்டியாக்கி, "தீண்டாதே, கலந்து வாழாதே" என ஒதுக்கி வைத்துள் ளோம். அங்கே சட்டம்; இங்கே சமுதாயம்.

"வாழப் பிரியப்படுகிறார்கள் அங்கே; வாழ்வைக் கேலி செய்கிறார்கள் இங்கே. சாவது ஏன் என்ற ஆராய்ச்சி அங்கே, சாவதுமேல் என்று முடிவு கட்டி விட்டார்கள் இங்கே."

'வாழ்வாவது மாயம்' என்ற பண் அலை மோதுகிறது இந்த நாட்டில். சாவுக்கு வரவேற்பு சளைக்காது பாடு கிறார்கள். ஆனால் மேற்கே, மனிதன் வாழ்கிறான்; வாழ ஆசைப்படுகிறான்; வாழ்வின் வசதிகளை வளர்த்துக் கொண்டே போகிறான்.

இந்த நாட்டில் பெண்கள் அடுப்பூதும் அடிமையாகி, மஞ்சம் நிரப்புகிறாள். அங்கே அவள் விண்ணை ஆள்கிறாள்.

மேகங்களை மழை பொழிய கட்டளையிடுகிறார்கள் அங்கே. இங்கே மக்கள் பாவத்தை சாக்குக் காட்டி, "வருண ஜெபம்"; 'பஜ கோவிந்தம்." நடைபெறுகிறது.

அங்கே விஞ்ஞான ஆராய்ச்சிக் கூடங்கள் மலர்கின்றன. இங்கே ஆலயத் திருப்பணி; ஆறுகாலப் பூஜை!

அணுக்குண்டு ஆராய்ச்சி அங்கே; கம்ப ராமாயணப் பிரவாகம் இங்கே.

புதுமைக்கு வாழ்த்துக் கூறுகிறார்கள் அவர்கள். பழமையில் புதுமை காண முயல்கிறோம் நாம்.

'"மௌன்ட் எவரெஸ்ட்" அவர்களுக்கு ஆராய்ச்சிக் கூடம்; நமக்குக் கைலாசபதி வாழுமிடம்.

சமுதாய சீர்திருத்தத்தில் நாம் :

எந்த சமுதாயத்தில் அறிவுக்கும்

ஆராய்ச்சிக்கும் முற்றுப்புள்ளி வைத்தாகி விட்டதோ, எந்த சமுதாயத்தில் ஆபாசமும் அக்கிரமமும் கலை கலாச்சாரமாக நடனமாடுகின்றனவோ, எந்த சமுதாயத்தில் வறுமை புரையோடிப் போயிருக்கிறதோ, எந்த சமுதாயத்தில் ஒரு சிலர் செல்வச் சீமான்களாக பவனி வருகிறார்களோ, எந்த சமுதாயத்தில் நடமாடும் பிணங்களின் சோகப் புலம்பல் எதிரொலிக் கிறதோ, அந்த சமுதாயம் பாழ்பட்டு விட்டது என்று கூறுவது, அதை திருத்த முயல்வது குற்றமா?

திரிபுரம் எரித்த சிவன், பாற்கடலில் பள்ளி கொண்ட பெருமாள், கோலமயிலேறும் குகன், சிறு பிராணியைக் கொல்லும் தொந்திப் பிள்ளையார், இவர்கள் இதுவரை இந்த சமுதாயத்தை ஆண்டது போ தும்.

ஏன் ராமாயண காலத்தில் ஆகாய விமானம் இருந் திருக்கக் கூடாது என்ற ஆராய்ச்சியை இன்னும் நம் புலவர்கள் விட்ட பாடில்லை.

"தில்லை அம்பல வாணனின் சிலை.. அற்புதம். இந்தப் பிரபஞ்சத்தின் இயக்கத்தையே விளக்கிக் காட்டும் அழகுச் சிற்பம். இதைக் கண்டு மேனாட்டாரே வியந்து பேசி யிருக்சிறார்கள்" தாங்கள் ஏமாந்ததை பிற நாட்டாரும் ஆமோதிப்பதை நினைத்து மகிழும் மேதாவிகள் தொகை, நம் சமுதாயத்தில் குறைந்தா போய் விட்டது?

வானம் வறண்டு விட்டதா? நாட்டில் பஞ்சமா? நலிவுற்ற மக்களின் குமுறலா? வேலையற்றுப் போன கைத்தறித் தொழிலாளர்களா? இவற்றிற்கெல்லாம் ஒரே

பதில்......அது தான் பஜ கோவிந்தம் என்று அரசியல் யோகிகள் கூறும் நாடல்லவா இது! வேடிக்கையான நாடு!

உண்டு கொழுக்கிறான் ஒருவன்; மெலிந்து சாகிறான் மற்றொருவன். கண்டு களிக்கிறான் அவன்; காதடைத்துப் போய் விட்டது மற்றவனுக்கு. வாழ்கிறான் அவன்; சாக வாழ்கிறான் மற்றவன்.

ஏன் இது? எப்படி அனுமதிக்க முடியும் இந்த அக்கிர மத்தை? முடிவு காண வேண்டாமா, இந்த மக்கிப்போன சமுதாய அமைப்பு முறைக்கு?

எல்லாம் "விதி" என்று கூறுபவர்கள்,

கூறுபவர்கள், இவற்றை யெல்லாம் கண்ட பிறகும் கூறுபவர்கள், ஒன்று சோம் பேறிகள் அல்லது சதிகாரர்கள்.

சீமான்களிடத்தில் குவிந்து கிடக்கும் செல்வம், எப்படி வந்தது என்று ஆராய்வது, இங்கு பொறாமையாகி விடுகிறது.

"ஏழை பணக்காரன் என்ற நிலை ஆண்டவன் இட்ட கட்டளை; மாற்ற முடியாதது" என்ற குருட்டு நம்பிக் கையில் அழுந்திக் கிடக்கிறார்கள் மக்கள். அவர்களுக்கு நாம் காட்ட வேண்டிய பாதை, விளக்க வேண்டிய உண்

மைகள் என்ன என்பது தான் இந்த நாட்டிற்குத் தேவை யான ஆராய்ச்சி; செய்ய வேண்டிய நல்ல முயற்சி.

கடவுளையும் சமுதாயத்தையும் பிரித்துக் காட்டி, அறிவுக்கும் மோசடிக்கும் விளக்கம் கூறி, புராண போதை யைக் குலைத்து, சமுதாயத்திற்கு, அதன் வாடும் பகுதிக்கு, வாழும் வகை தேடும் நல்லதொரு இயக்கம் தான், எங்கள் பகுத்தறிவு இயக்கம்.

பால் மணம் மாறாத சிறுமி அவள்; மணலில் சிறு வீடு கட்டி, செப்பு கிலுகிலுப்பை வைத்து விளையாடும் பருவம். ஆனால் அவளுக்கு நடன அரங்கேற்றம்; பாடும் பாட்டு, கள்ளக் கண்ணனைப் பற்றி.

கபடு அறிய முடியாத சிறுமிக்கு, காமம் நிறைந்த பாட்டும் ஆட்டமும்.

ஆனால் இதை ஆதரிப்பவர்கள் ரசிகர்கள்! பாரத நாட்டுப் பண்பாட்டை வாழ்விக்க வந்த கலை அன்பர்கள்!

அழுக்கேறிய உடல், கிழிசல் நிறைந்த பாவாடை, நிரம்பி அறியாத தகரக்குவளை இவற்றோடு தான் நாட்டில் குறத்தியைக் காண்கிறோம். ஆனால் அவள் வாழ வேண் டாத பிராணி; காணச் சகிக்காத மனித உரு. நம் இரக் கத்திற்காக கெஞ்சிக் கூத்தாடும் ஏழை.

அவளை நம் சமுதாயம் ஒதுக்கி வைத்துள்ளது!

நாடக அரங்கிலே, கலாமண்டபங்களிலே, பணக்காரிகள் குறத்தி வேடம் போட்டு ஆடி வருகிறார்கள். குறத்தி செய்ய முடியாத, குறத்தனம் எல்லாம் செய்கிறார் கள். அதைக் கண்டு களிக்கிறோம். “பிளாக்” எடுத்துப் போட்டு மகிழ்கிறார்கள் பத்திரிகைக்காரர்கள்.

உண்மையை, அதன் ஏழ்மையைத் தட்டிக் கழிக் கிறோம். குஷாலாக கற்பனை உலகில் வாழ முயல்கிறோம்,

இதுதான் இந்த நாட்டு கலாச்சாரமாகப் போய் விட்டது,

தில்லை நடராசனைக் காண, திமிர் பிடித்த ஆண்டை யிடம், கெஞ்சிக் கூத்தாடினான், ஏமாந்த திராவிட நந்தன். இந்தக் கேடுகெட்ட சமுதாய ஊழலை, மறைக்க முடியா த இந்த ஆரிய திராவிட வேறுபாட்டை, வீழ்ந்துபட்ட திராவிடனின் சேரகக் கதையை, பக்திப் பிரவாகமாக இந்த நாட்டிலே பசப்பித் திரிகிறார்கள், கலாச்சாரத்தின் காவலர்கள்.

காமம் நிறைந்த குளம்; போதையூட்டும் மோச விஷம்; திராவிடக் கவிஞன் ஆரிய அடிவருடியான ஆபாசச் செய்தி; மானத்தோடு ஆண்ட தமிழன், நீசச் செயலுக்கு ஆசைப்பட்டான் என்ற பித்தலாட்டக் கதை. ஒரு தனிப் பட்ட இனத்தின் காவலனாக கடவுளை ஆக்கிவிட்ட புனை சுருட்டு, பொய் வேதாந்தம். இதுதான் கம்ப ராமாயணம்.

இதை எப்படி திராவிடக் கலாச்சாரமாக, தமிழர் பண் பாடாக நாம் ஒத்துக் கொள்ள முடியும், மனம் துணிந்து மானத்தை விட்டு?

கம்ப ராமாயண எதிர்ப்பு, சு. ம. காரர்களின் குறும்பு அல்ல; விழித்தெழும் திராவிடனின் இன எழுச்சி.

மாற்றுக் கட்சிக்காரர்கள் கூறுகிறார்கள், நாம் நாஸ் திகர்கள் என்று. சனாதனச் சேற்றில் அவர்களைப் போல் நாமும் அழுந்திக் கிடக்கவில்லை என்பது அவர்கள் கவலை.

கருத்து வேற்றுமை, அறிவு வளர்ச்சிக்குத் தேவை, பயிர் வளர எருத் தேவைப்படுவது போல. ஆனால் கருத்து வேற்றுமை குரோதமாகி விட்டால் பயிர் அழுகி விடும்.

கேலிப் பொருளல்ல எங்கள் கட்சிக் கொள்கை, பிறரைப் புரிந்து கொள்ள முடியாத, முயலாத முரடர்கள் அல்ல நாங்கள்.

நகைத்துப் பார்த்தீர்கள் நீங்கள், நடுங்கி ஓடவில்லை நாங்கள்.

“பேச்சில் வீரர்கள்" என்ற சுடு சொல் நீங்கள் கொட் டியதுண்டு. நாங்கள் சாதித்த செயல்களின் பட்டியல் வளர்ந்துகொண்டு தான் வருகிறது.

'கத்துக் குட்டிகள்" என்று புறக்கணிக்கப் பார்த் தீர்கள். சாவைத் துரும்பென மதித்து, சதிகாரர்கள் சாய்ந்திடும் வேளை, வாளா திருக்குமோ உன் வேளே, என்ற போரப்பரணி பாடி, களம் புகும் கட்டிளங் காளைகள் என்று கண்டு கொண்டீர்கள்.

சமுதாயத்தைக் கண்டு அஞ்சாதே, பிறர் என்ன சொல்வார்களோ என்று எண்ணிடாதே. உன் பகுத் தறிவு, ஆராய்ச்சி என்ன சொல்லுகிறதோ அதை ஏற்றுக் கொள்; புறக்கணித்து விடாதே என்பது தான் எங்கள் கட்சி முழக்கம், கருத்துப் பாதை, செயல் முறை எல்லாம்.

பொருளாதாரம்:

வயலிலே வியர்வையைக் கொட்டி, நெஞ்சிலே ஏக்கத் தைக் காட்டிக் கொண்ட ஏழை விவசாயி, பஞ்சை அழகுத் துணியாக்கி முதலாளியிடம் ஒப்படைத்து விட்டு, வறு மையைத் துணைக்கழைத்து வீட்டிற்குச் செல்லும் ஆலைத் தொழிலாளி, சதைப் பொதிகளை எலும்புக் கூட்டால் கொதிக்கும் தரையிலே இழுத்து அலுத்து விட்ட ரிக்ஷாக் காரன், இரு கால் மாடாய் கொம்பற்ற மிருகமாய் வாழும் கை வண்டிக்காரன், நிழலில் வாழும் சுகபோகிகளின் திமிர் வளர, பொறி பறக்கும் வெயிலிலே ஊர்ந்து போகும், தோல் சுருங்கி நரம்பு தெரியும் பழக்காரக் கிழவி, இன்னும் குழிவிழுந்த கண்களோடு, ஒட்டி, உலர்ந்த வயிற்றோடு இந்த நாட்டை நிரப்பியுள்ள ஆயிரமாயிரம் மனித ஜீவன் களுக்கு, பொருளா தார நிபுணர்கள் என்ன பதில் தயாரித்துக் கொண்டிருக்கிறார்கள்!

திராவிடம் வறண்ட பாலைவனமல்ல; வளம் நிறைந்த நல்ல நாடு. அந்த நாட்டு மக்களின் வறுமை மாய, அவர் கள் வாழ்வு சிறக்க தேவையானது சுதந்திர வாழ்வு, சுரண்டுபவர்களின் அழிவு.

இந்த நாட்டுச் செல்வம், கோயில்களிலே முடங்கிக் கிடக்கிறது; இந்த நாட்டு மக்களின் அறிவு, மதத்தால், குருட்டு நம்பிக்கையால், திருட்டு வேதாந்தங்களால் மழுங் கிப்போயிருக்கிறது. இந்த நாட்டு மக்களுக்கு, தங்கள் வரலாறு, வீரமும் காதலும் கலந்துறவாடிய, வரலாறு தெரிவதில்லை. ஏன் தெரிவிக்கப்பட்டதில்லை வாழ்ந்த வகை தெரியாததால், வாழும் வகையைப் பற்றி யோசிக்க சக்தி யற்று விட்டார்கள் அவர்கள்.

இந்த நாட்டு மக்களின் அரசியல், பிறரிடம் அடகு வைக்கப்பட்டிருக்கிறது.

இந்த அரசியல் ஏமாளித்தனத்திற்கு முடிவு கட்டி, நாட்டில் நடக்கும் கோமாளிச் செயல்களுக்கு வாழ்த்துக் கூறி வழியனுப்பி விட்டு, தூங்கிக் கிடக்கும் செல்வத்திற்கு வேலைக் கொடுத்தால் ஒழிய, அழியாது இந்த நாட்டில் வறுமை, பஞ்சம், விபச்சாரம்.

பெண்கள் நிலை :

பெண், இன்பக் கருவியல்ல; மனித சமுதாயத்தின் ஒரு அங்கம்.

தமிழகத்திலே பெண்கள் ஒரு காலத்தில் சுதந்திரத் துடன் தான் வாழ்ந்தார்கள். கருத்துக்கிசைந்த ஒருவனைத் தான் கை பிடித்தாள் தமிழ்ப் பெண். காதல் வளர்த் தாள், வீரத்தை பாலாய் ஊட்டினாள் அவள்.

"புறமுதுகிட்டான் புதல்வன்" என்று சிலர் சொல்ல, “கோழைக்கு வாழ்வளித்த மார்பை அறுப்பேன்” என்று

சூளுரைத்து, களம் புகுந்து, தன் காளை மார்பில் பட்டிருந்த புண்ணைக் கண்டு மகிழ்ச்சி யடைந்த வீரத் தமிழச்சி வரலாற்று ஏடுகள் தருவது பொருளற்ற செய்தி அல்ல; தமிழருக்கு தேவையான படிப்பினை. பெண்ணை அடிமையாக்கி வைத்திருப்போருக்கு தக்க மருந்து.

அன்றொரு நாள் தமிழகத்திலே பெண் காவியம் பாடினாள்; அறம் வளர்த்தாள்; 'ஆணுக்குப் பெண் இளைப்பில்லை" என்பதை வாழ்ந்து காட்டினாள், பிறர் மறுக்க முடியாத அளவுக்கு.

பெண், தந்தைக்கு மகளாய், கணவனுக்கு மனைவி யாய், பிள்ளைக்குத் தாயாய் வளர்ந்து அழிந்து போக வேண்டிய இனம் அல்ல; கற்று, காதல் பாடி, வீரம் வளர்க்க வேண்டிய, சமுதாயத்தின் உயிர் நிறைந்த அங்கம் அவள். இந்த உண்மையை தமிழகத்திலே பறைசாற்றி யாக வேண்டும்.

பாடிப் பறக்க வேண்டிய பச்சைக் கிளியை வீட்டுக் கூட்டுக்குள் அடைத்திருக்கிறார்கள் இந்த நாட்டில்.

மலரப் போகும் திராவிடத் திருநாட்டில், பெண் தனித்தியங்க வல்லவளாக இருப்பாள்.

மதம் :

காடுகளிலே மனிதன் விலங்குபோல் அலைந்து கொண்டிருந்த காலத்தில், இடி முழக்கம் செய்த வானம், கண்ணைப் பறிக்கும் மின்னல், சுழன்றடித்த பெருங் காற்று

இவற்றைக் கண்டு அஞ்சிய அவன் நெஞ்சிலே துளிர்த்த கற்பனை தான், கடவுள்.

மனித சமுதாயத்தின் வளர்ச்சியோடு, இந்த கடவுள் தத்துவமும் வளர்ந்து வந்தது. காட்டு மிராண்டி மனிதன், கடவுளுக்கு பலி கொடுத்து விட்டால் போதும், தனக்கு அந்தக் கடவுளின் ஆசியும் துணையும் எப்பொழுதும் கிடைக்கும் என்று நம்பினான். இந்த ஆசை தான், சுய நலத்தின் அடிப்படையில் பிறந்த ஆசைதான், மதத்தின் அஸ்திவாரம். மதவா திகளின் தாரக மந்திரம்.

மனிதனது அறிவை மயக்கி, ஆராய்ச்சியைச் சிதைப் பது மதம். அது ஆஷாடபூதிகளின் கற்கோட்டை, ஆணவக்காரர்களுக்கு உற்ற துணை; ஏமாற்றத்தின் நுழை வாயில்; ஏழைகளை கோழைகளாக்கும் ஓர் சாதனம், மதம், மனித இன முன்னேற்றத்திற்கு தடை, ஏமா ற் றுக்காரர்களின் தனி சொத்து.

மனிதன் மதத்திற்கு முன்னால் மண்டியிடுகிறான், மதம் பகுத்தறிவைக் கண்டு பயப்படுகிறது.

மதம், ஒரு குருட்டு வெறி, ஆவேசக் கூச்சல், ஆர்ப் பாட்டக்காரர்கள் உபயோகப்படுத்திக் கொள்ளும் விளம்பரக் கருவி.

மதத்தின் பலிபீடத்திலே சிந்தப்பட்ட இரத்தம் தான் எவ்வளவு? அதில் நொறுங்கிச் சுக்கல் சுக்கலாய்ப் போன தலைகள் தான் எத்தனை?

மத வரலாற்று ஏடுகளிலே படிந்திருக்கும் கறைகள்! மதப்பித்தேறிய மன்னர்களால், சுடுகாடாக்கிய நாடு கள், கொலை செய்திருக்கும் பச்சிளங் குழந்தைகள், தாய் மார்கள், நினைத்தாலே நெஞ்சுருகும் செய்திகளாயிற்றே! எண்ணாயிரம் பேர் கழுவிலேற்றப்பட்டது, கருணை மிகுந்த மதத்தின் பேரால் தானே!

மதம், விலங்காய்த் திரிந்த மனிதனை, நாகரிகமுள்ள ஆக்கப் பயன்படுத்தப்பட்டிருக்கலாம். ஆனால் இன்று அது அவனது சிந்தனைக்கு பூட்டப்பட்டிருக்கும் விலங்காக மாறி விட்டது.

விண்ணை யளக்கிறான் மனிதன், அணுவைத் துளைக்கும் முயற்சியிலும் வெற்றி கண்டு கொண்டான். கடலும் அலையும், வானமும் மேகமும் அவன் கட்டளைக்கு அடி பணிகின்றன.

மனித வாழ்க்கையில் ஒரு புது அத்தியாயம் பிறந் திருக்கிறது. இன்று அவன், எத்தனையோ ஆயிரம் வருடங் களுக்கு முன்னால் முளைத்த ஒரு அர்த்தமற்ற கருத்துக்கு, ஆம் மதத்திற்கு தலைவணங்கத் தயாராக இல்லை.

கல்வி:

கல்விதான் நாகரீக வாழ்வின் அஸ்திவாரம்.

சென்ற காலத்தை சீர்தூக்கி, நிகழ்காலத்தின் தேவை களை அறிய, வருங்காலத்தின் போக்கை நிர்ணயிக்க தேவை யாயிருப்பது, கல்வி.

"இந்த நாட்டில் கல்வி, செல்வத்தைப் போல் ஒரு பகுதியில் தேங்கிக் கிடக்கிறது."

உணவு, உடையைப் போல், கல்வியும் மனிதனது முக்கிய தேவைகளில் ஒன்று என்று நாடாள்வோர் பேசு வதில் குறைவில்லை,

"கம்யூனல் ஜி. ஒ. ஒரு தலைப்பட்சமான விதி என்று புலம்புகிறார்கள் ஒரு சாரார்.

மாடி வீட்டு மூர்த்தியையும், குடிசையில் வாழும் குப்பனையும் ஒரு நிலையில் வைத்துப் பார்ப்பது எந்த விதத் தில் நீதியாகும்?

அறியாமை இருட்டில் வாழ்கிறான், குப்பனின் தந்தை. மூர்த்தியின் தகப்பனார் படித்த மேதை. இவர்கள் இரு வரையும் சமமாக்குவது, நீதிக்கு முரண்பட்டதல்லவா?

வீடு பெருக்குவாள், களை யெடுப்பாள், நெற் குற்று வாள், நெற்றி வியர்வை நிலத்தில் விழ பாடுபடத் தெரி யும் குப்பனின் தாய்க்கு. ஆனால் படிப்பு! அது மருந் துக்குக்கூட. அகப்படாது அவளிடம், மூர்த்தியின் தாய் படித்த பெண், படிப்பின் அருமை தெரிந்தவள், புத்தி

சாலி. இவர்கள் இருவரையும் சம எடை போடுவது ஒரு தலைப்பட்சமில்லையா!

வாழ்வின் இரு கோடியில் நிற்கிறார்கள் குப்பனும் மூர்த்தியும். இவர்கள் எப்படி போட்டியிட முடியும்! போட்டியிடத்தான் வேண்டும் என்பது பொருந்துமா, அனுமதிக்கப்படலாமா?

சமுதாய அமைப்பு முறையால் துண்டு விழுந்துவிட்ட பகுதியை நிரப்பும் வழிதான் கம்யூனல் ஜி. ஓ.

கம்யூனல் ஜி. ஓ. தேவையின் அடிப்படையில் எழுந்தது. அதைத் தில்லுமுல்லுகளால் அசைக்க முடியாது.

கல்வி, சமுதாயத்தில் ஒரு சிலரின் ஏகபோக உடைமை யல்ல, அதை எல்லோருக்கும் பகிர்ந்து கொடுத்தாக வேண்டும்.

கல்வி, நாட்டின் எல்லாப் பகுதிகளுக்கும் பாய்ந்து வளம் சேர்க்க வேண்டும், ஆனால் ஒரு பாகத்திற்கு மட்டும் பாயும்படியாக வாய்க்கால் வெட்டி விட்டிருக்கிறார் கள், சூழ்ச்சிக்காரர்கள்.

பசியால் துடிப்பவனுக்கு உணவு பரிமாறும்போது, சமத்துவத்தின் பெயரால் அஜீர்ணத்தால் கஷ்டப்படுபவ னுக்கும் அதில் பங்குதரவேண்டும் என்று நினைப்பதில் அறிவுமில்லை. அர்த் தமுமில்லை.

தொழிலாளர்:

இந்த நாட்டு வளம், வரலாற்றுச் சிறப்பு எல்லாம், பாடுபடும் பாட்டாளியின் கையிலே.

தொழிலாளர் கேட்பதெல்லாம் கேட்பதெல்லாம்

தொழில் தான். அதைக் கொடுப்பதற்குக்கூட சக்தியற்று இருக்கிறது இந்த சமுதாயம்.

பாதாளம் சென்று, பொன்னும் மணியும் வெட்டி யெடுக்கிறான் தொழிலாளி, நீரில் மூழ்கி அள்ளித் தருகிறான் நல்ல முத்தை, செந்தணல் வீசும் உலைகளுக்கருகே உருவாக்கித் தருகிறான் எண்ணற்ற கருவிகளை. ஆலைகள் ஓய்ந்துவிடும் அவன் உழைப்பில்லா விட்டால்!

ஏன், உழைப்பாளி உழைப்பதை நிறுத்திவிட்டால், இந்த உலகே உயிரற்றுவிடும்!

மின்சார விசிறிகள் சுழல, மண்டபங்களிலே கூடி, அறிவு, ஆராய்ச்சி, ஆக்கத்திறன் இவற்றை யெல்லாம், சுயநலம் சூழ்ச்சி,பித்தலாட்டம் இவற்றிற்கு பண்டமாற் றுச் செய்யும் அரசியல் வாதிகளல்ல, அரசியல் வாதிகளல்ல, நம் வாழ்க்கைத் தேவைகளை பூர்த்தி செய்பவர்கள்.

நாட்டுக்குத் தேவையான நல்ல பணியில் ஈடுபட் டிருக்கும் வர்க்கம், தொழிலாளர் வர்க்கம் தான்.

உடலை, உள்ளத்தை, தன் தோள்வலியை இந்த சமு தாயத்திற்கு, அதன் நல்வாழ்வுக்கு அர்ப்பணிக்கும் உழைப் பாளித் தோழனுக்கு, கிடைத்திருக்கும் பரிசுகள்,

ஓலைக் குடிசை, உடைந்த பாண்டம், காய்ந்த வயறு, ஏக்கம் தேக்கிய கண்கள்.

உழைப்பாளியைக் கவனிக்க மறந்துவிட்ட சமுதாயம் கண் விழித்து கருணை சுரக்கும் வரை காத்திருக்கப் போவ தில்லை. குமுறும் தொழிலாளர் படை வரிசை. முன், இந்த சமுதாயம், தூள் ! தூள் !!

அன்றும் இன்றும்:

அன்று திராவிடத்திலே, வளமிருந்தது வாழ் விருந் தது. இன்று வாழ்வு சிதைந்து விட்டது, வறுமை தாண்டவமாடுகிறது......

அன்று தமிழன் கடல் கடந்தான், கடாரம் கொள்ள, தன் வீரம் காட்ட, இன்று கடல் கடக்கிறான், வயிறு வளர்க்க, பிறந்து வளர்ந்த நாட்டில் வாழ வழியற்று.

யவனத்திலே, ஈழத்திலே, தமிழன் வாணிபம் நடத்தி னான் அன்று. இன்று அவன் பரம்பரை, இலங்கைத் தேயிலைத் தோட்டத்திலே, மலேயா ரப்பர்க் காடுகளிலே!

இமயத்தில் புலிக் கொடி, கனகவிசயர் தலையில் கண்ணகி சிலை, அன்றைய நிலை இது. இன்று திராவிடத் திருநாட்டிலே வடவர் ஆட்சி, அதிகாரம், ஆர்ப்பாட்டப் பவனிகள்.

அன்று தமிழன் வீரத்திற்கு தலைசாய்ந்து நின்றது வடநாடு, இன்று வடவர் முதலுக்கு வரவேற்பு பாடுகிறது தமிழ்த் திருநாடு.

அன்று, பெருமலையை, பாடும் நதியை, பூத்துக் குலுங்கும் சோலையை பாட்டிசைத்தான் தமிழன். இன்று பக்தி, பாசுரங்கள் அலை மோதுகின்றன இந்த நாட்டில்.

இயற்கையோடு இழைந்து வாழ்ந்தான், வாழப் பிரியப்பட்டான் தமிழன் அன்று. இன்று அவனுக்கு கோயிலுண்டு, குளமுண்டு.

முல்லைக் காட்டில் காதல் வளர்த்தாள் தமிழ்க்குமரி, மந்திரம் சொல்லி அருந்ததி பார்க்கிறாள் இன்றையத் தமிழணங்கு.

முரட்டுத் தனமாய் பாய்ந்து வருகிறது காளை. அதன் கொம்பில் கட்டியிருக்கும் மணிகள் பேயாட்டம் ஆடு கின்றன. சீவி விடப்பட்ட அதன் கூரிய முனைகள், அவன் வயிற்றைக் குறிபார்க்கின்றன. கவனமாகப் பின்வாங்கு கிறான் அவன். தாவிப் பற்றிக் கொள்கிறான் அந்தக் கூரிய முனைகளை. அவனது வலுவேறிய பிடியை திமிற முடி யாமல் சோர்ந்து விடுகிறது காளை. அவன் அவளைப் பார்க் கிறான் ஆர்வத்தோடு, வீரன் என்ற பெருமையோடு. கண் களைத் தரைக்குத் தந்து, காதல் நெஞ்சத்தை அவனுக்கு வழங்கி விடுகிறாள் அவள்...

இந்தக் காட்சியை ஏடுகளில் கண்டு ரசித்துக் கொண்டிருக்கிறான் சுந்தரம், ஒழிந்த வேளையில். அவன் கண் கள் ஆவலோடு தன் துணைவியை நோக்குகின்றன.

அடுப் பறையின் புகையை சபித்துக் கொள்கிறது அவன் மனது,

பொறி பறக்கும் சுடுமணலில் நடந்து வருகிறார்கள் அவர்கள். இலை உதிர்ந்து கொம்பாய் நிற்கும் மரங்கள், நிழல் கோடு போட்டிருக்கின்றன, அந்தக் கொதிக்கும் தரையிலே. அவன் ஒரு பாடகன், அவள் ஒரு ஆட்டக் காரி, அவன் காதலி, துணைவி. கூழாங்கற்கள் குத்தி இரத்தம் கட்டிப் போயிருக்கிறது அவள் கால்களில்.

இன்னும் ஒரு காதம் நடந்தாக வேண்டும், அவர்கள் நாடி வந்த வள்ளலை அடைய. பரிசு கிடைக்கும் என்ற நம் பிக்கை அமைதியூட்டியது அவர்கள் நெஞ்சில். பார்த்த வுடன் பரிந்தோடி வந்து, பல்சுவை உணவு, பட்டு மெத்தை, பரிசு வகை வழங்கும் அந்த கொடை வள்ளலைப் பற்றிப் பாடாத புலவர்கள் இல்லை.........

தனக்குள் சிரித்துக் கொண்டான் : சோமு. அவன் ஒரு எழுத்தாளன். எத்தனை இடங்களுக்குப் போய்த் திரும்பி யிருக்கின்றன அவன் கதைகள், கட்டுரைகள். இன்று பத்திரிகை ஆசிரியர்கள் தானே, கொடை வள்ளல்கள்.

கையில் விலங்கு, உடல் அடிமைப்பட்டிருக்கிறது என்பதை விளக்க. "ஆனால் கருத்தை விலங்கிட யாரால் முடியும்?" என்பது போல், நிற்கிறாள் அந்தப் பெண். அவள் எதிர்த்துப் போராடும் அரசனின் ஒற்றர் படைத் தலைவி. வெற்றி காணத் துடிக்கும் மன்னன் அகங்கார மாகச் சிரிக்கிறான்.

"மாலை மயங்கும் வேளையிலே, மலைப் பிளவுகளில் உறுமும் புலியின் குரல் கேட்டு வழி தவறும் மான்கள் நிறைந்த மலைகளுக்கு காவலனான என் மன்னனை வெற்றி காண முடியாது உன்னால்" என்று பாடுகிறாள் அவள், அச்சமின்றி

பெண்களுக்கு "ஹோம் சயன்ஸ்" *(Home Science)* சொல்லித் தருகிறார்கள், இன்று, இங்கே.

அழகு:

உள்ளம் கொள்ளை கொள்ளும், அமைப்பு நிலை, இன்பம் வாரியிறைக்கும் இயற்கைச் சூழல். உருவமற்ற உணர்ச்சி நிறைவு.

அழகு, ஒரு விசித்திரமான பறவை. எத்தனை எத்தனையோ பாடல்கள் பாடும், அது பறந்து போகும் விரிவானங்கள் எத்தனையோ உண்டு. ஆனால் இதுவரை அதை யாரும் கூட்டிலடைத்தது கிடையாது.

அழகை, வரையறுக்க முடிவதில்லை, அது மனித னுக்கு மனிதன், இனத்திற்கு இனம் மாறுபடக்கூடிய தாயிருப்பதால்.

அழகு என்பது ஒரு கவர்ச்சி. ஆனால் தனிப்பட்ட மனிதனோடு, அவன் பண்பாடோடு, அவனது மனவளர்ச்சி யோடு தொடர்பு கொண்ட கவர்ச்சி.

வானவில், கோலவானம், சிரிக்கும் முல்லை, கதிர்கள் அசையும் வயல்கள், நிலா மிதக்கும் குளம், இவற்றைக்

கண்டும் கவனியாது போகிறவர்கள் தானே இந்த நாட்டு மக்கள்!

ஆரியம் :

ஏமாற்றுக்காரர்களின் பிறப்புரிமை, சூழ்ச்சிக்காரர் களின் மோசவலை. அடிமை கொள்பவர்களின் வாழ்க்கை முறை, சந்தர்ப்பவசத்தால் அனுமதிக்கப்பட்டிருக்கும் ஆல காலவிஷம்.

இன்பம் :

உண்மை இன்பம், எல்லோரும் சுகமாக வாழ்வதில் தான் இருக்கமுடியும்.

இன்பம் என்ற சொல்லுக்கு தவறாகப் பொருள் கூறி வந்திருக்கிறார்கள்.

வறுமை, பஞ்சம், வேலையில்லாத் திண்டாட்டம் இந்த நாட்டில் இருக்கும் வரை யாரும் இன்பமாக இருக்க முடியாது என்பதை உணர்த்தியாக வேண்டும், முக்கியமாக உல்லாசபுரியில் வாழும் பணக்கார சுகபோகிகளுக்கு.

இசை :

கருத்து உயிர் பெற்றுப் பாடினால், அது இசையாகி விடுகிறது.

ஈகை: தேவையில்லா த சொல். பிச்சைக்காரர்கள் இருக்கும் வரைதான் அதற்கு மதிப்புண்டு.

உண்மை:

ஒத்துக்கொண்டாத வேண்டும், உயிரைப் பலி கொடுக்க நேர்ந்தாலும்.

உறுதி :

திராவிட இன எழுச்சிக்கு, திராவிட மறுமலர்ச்சிக்கு தேவை மன உறுதி; உறுதி நிறைந்த போராட்டம், உலுத் தர்களை எதிர்த்து.

கற்பனை :

அறிவு வளரத் தேவையான, மனக் குறும்பு.

சட்டம்:

சாசுவதமானதல்ல, தெய்வத்தின் கட்டளையுமல்ல.

நாம் சொல்வது, ஒத்துக் கொள்வதுதான் சட்டம்.

சட்டம் பணக்காரர்களின் வக்கீல் அல்ல, சமுதாயத்தின் மனச்சாட்சி.

சமத்துவம்:

சமத்துவம் என்றால் எல்லோரும் ஒரே உயரம், ஒரே கனம் என்பது அல்ல. செல்வத்தால், சாதியால், சந்தர்ப் பத்தால் மனிதனுக்கு மனிதன் வேறுபடாத சமூக நிலை தான் சமத்துவம். செயற்கைத் தில்லுமுல்லுகளை அகற் றுவதுதான், சமத்துவம் வளர வழிகோ லுவதாகும்.

போர் : இலட்சக்கணக்கான வீரர்களை பிணங்களாக்கிவிட்டு, பச்சிளங் குழந்தைகள்

பருவமங்கையர் உயிர்களைப் பதைக் கப்பதைக்கக் குடித்துவிட்டு, கோடிக்கணக்கான தாய்மார்கள் கோவெனக் கதற, அந்தக் குமுறல் கண்டு குறுஞ் சிரிப்பு சிரித்துவிட்டு, விதவைகளை அதிகமாக்கி, அவர்கள் வேதனை கண்டு விலாநோக நகைத்து முசோலினியின் இரும்பு நெஞ்சத்தைக் கீறி ருசி பார்த்து, ஹிட்லரின் வாழ்வை முடித்து, கோயரிங்குக்கு விஷக்கோப்பை அளித்து, அவன் சதையை விருந்தாக்கிக்கொண்டு, ஹிரோ ஷிமாவை வெறிநாக்குகளால் சுரண்டி. சுவைத்து, இரத்தச் சேற்றிலே எலும்புகளைச் சொருகி விளையாடிய யுத்தம்.- அமைதி என்னும் திரைமறைவில் அதிக நாள் இருக்க முடியாமல், "இதோ வந்தேன் வந்தேன்" என கோரகீதம் இசைக்கிறது.

சமாதானம் :

மனிதனது அடிப்படைத் தேவைகள் பூர்த்தி செய்யப் படா தவரை, சமாதானம் வெறும் வரட்டுக்கூச்சல்தான்.

நாடகம்:

வாழ்வைச் சித்தரித்துவிட்டால் மாத்திரம் நாடகமாகி விடாது. அது நம் சிந்தனையையும் தூண்டிவிடவேண்டும், நம்மையும் அறியாமல்.

எந்த நல்ல நாடகத்திலும் இருக்கவேண்டியவை, உயிர் நிறைந்த பாத்திரங்கள், உள்ள அசைவுகளின் படப்பிடிப்பு, இயற்கைக்கு ஒத்த சூழ்நிலை, அழகு நடை.

நாகரிகம் :

சேரிகள் மலிந்த நாட்டில், எப்படி நாகரிகம் நிலவ

முடியும் ?

புரட்சி :

முதலாளி மூர்ச்சையாகிறான், மூர்க்கன் முதுகைக் காட்டுகிறான், முட்டாளும் தலை நிமிர்கிறான், கோழையும் கொக்கரிக்கிறான், புரட்சி என்ற சொல்லைக் கேட்டவுடன்!

புரட்சி என்றால் ரத்தக்குளம் வெட்டுவதும், அமைதி என்றால் ஆட்டுக் குட்டியாக மாறிடுவதுமல்ல.

இரத்தப் புரட்சி சுலபமானது, எண்ணப் புரட்.சி மிக மிக கஷ்டமானது. புரட்சிக்கு தீட்டப்படவேண்டியது கத்தியல்ல, புத்திதான்!

எண்ணப் புரட்சி நடத்தியவர்களை இரத்த வெறி கொண்ட ஆதிக்கச் சக்தியின் காவலர்கள் எலும்பை யொடித்து இழுத்துச் செல்லுகின்றனர்.

குமுறிவரும் அலைப்பெருக்கை மணல் வீட்டுச் சுவர் களால் தடுக்க நினைப்பது மழலைகளின் வேலை; விளையாட்டுச் செய்கை!

புரட்சி; பயங்கரமான சொல்; தலைமுறை தலைமுறை யாய் எந்த இனம் சுரண்டிக் கொழுத்ததோ; தலைமுறை தலைமுறையாய் எந்த இனம் ஏமாற்றித் திரிந்ததோ, தலை முறை தலைமுறையாய் எந்த இனம் பிறரைத் தவிக்கவிட்டு இன்பபுரியில் வாழ்ந்ததோ, அந்த இனத்திற்கு கிலிமூட்டும் சொல்தான்.

வளர்ந்து வரும் அக்கிரமத்திற்கு முடிவுகட்டி, ஏழை பணக்காரன் என்ற நிலையை ஒழித்து, வளம் நிறைந்த ஆட்சி நாட்டில் மலர, புரட்சி தான் தேவை என்ற நிலையை உண்டாக்குபவர்கள் வேறுயாருமல்ல; புரட்சிக்கு அஞ்சுப வர்கள் தான்.

புதுமை:

புதுமையிலே மோகம் ஏற்பட்டிருக்கின்றது என்றால், புதுமைப் புன்சிரிப்புக்காரி-பூரிப்புத் தவழும் முகத்தினள், மயக்கும் மொழிக்காரி, மாய ஜாலக்காரி, வர்ண விநோ தினி என்ற காரணங்களால் அல்ல!

பழமை-கூனி, கிழவி, நடை தளர்ந்தவள் என்ற கார ணத்தால் தான்!

பழமையை மனைவியாகக் கொண்டு இதுவரையில் குடும்பம் நடத்தியவர்கள், புதுமையை மகளாகவாவது, மருமகளாகவாவது ஏற்றுக்கொள்ள வேண்டும்,

புதுமையை விரும்புவது என்றால், புதுமையிடம் நாட் டங்கொள்ளுவது, கண்ணகியை வெறுத்து மாதவியிடம் கோவலன் கொண்ட நாட்டத்தைப் போன்றதல்ல.

பழமை தாய் போல இருந்து அனுபவ மொழிகள் சில சொல்லட்டும், நாமும் தாயினிடம் செலுத்தும் அன்பை அதனிடம் செலுத்துவோம்,

விடுதலை :

விடுதலை! இந்த சொல்லிலேயே எவ்வளவு எழுச்சி! வீரர்களுக்குத் துடிதுடிப்பையும் விவேகிகட்குத் தித்திப்பையும் வழங்கிடும் உணர்ச்சிச் சொல்; ஒலிக்கும்போதே புது விறுவிறுப்பை வாரி இறைக்கிறது.

இரத்தச் சதியிலே விதைக்கப்பட்ட பிணங்கள் தந்த இன்ப அறுவடைதான் விடுதலை! அதற்காக செய்யப்பட்ட உழவு முயற்சிதான் கிளர்ச்சி!

தவளையின் வாயிலே சிக்கிய பூச்சி, பாம்பின் பல்லிலே அகப்பட்ட தவளை, கருடன் நகத்திலே மாட்டிய பாம்பு இவை ஒவ்வொன்றுமே விடுதலைக்காகத்தான் போராட்டம் நடத்துகின்றன, இறந்து விடுவோம் என்று உறுதியாக தெரிந்துங்கூட!

கூண்டுக் கிளியின் விடுதலைக்காக பூனை போராட்டம் நடத்துகிறது-கிளியின் மேல் உள்ள பாசத்தால் அல்ல, பசியைத் தணித்துக் கொள்ளும் ஆர்வத்தால்! ஆகவே அந்த பயங்கர முழக்கத்தை வரவேற்கக்கூடாது. கிளியின் விடுதலையும் பூனையின் பசியும் ஏககாலத்தில் கவனிக்கப்பட வேண்டிய பிரச்னையல்ல!

நிரபராதிக் கைதியும் கொலைகாரக் கைதியும் விடு தலையைத்தான் விரும்புகிறார்கள். இங்கே விடுதலைத் தீர்ப்பு மாறிக்கூட வழங்கப்படுகிறது. இதிலே யாருடைய விடுதலை தேவையானது என்பது முக்கியமே தவிர, விடுதலை என்ற வார்த்தையின் வனப்பிலே மயங்கிவிட முடியாது.

கல்லறைகளாய், கா தலியை இழந்தவர்களாய், கைம் பெண்களாய். கண்மணியை இழந்த பெற்றோராய், அனாதை களாய், அபலைகளாய், வீடற்றவராய், ஓடேந்திகளாய் பலராக்கப்பட்டாலுங் கூட விடுதலைக் கிளர்ச்சி என்ற வளமான சொல்லை நெஞ்சிலே ஏந்தி உரிமைப்போர் நடத்திய நாடுகள் ஏராளம்!

ஆணவக்காரரர்களின் ஆதிபத்யம், மமதையாளர்களின் மண்டைத்திமிர் இனி எங்கேயும் நிலைத்திட முடியா து, தூள் தூளாக ஆக்கப்பட்டுத்தான் தீரும் என்பதே விடு தலை வேட்கை கொண்டோர் எழுப்பும் முரசொலி!

ஒரு சமுதாயம் விடுதலை பெற்ற - நாட்டிலே வாழ வேண்டுமானால் அந்த சமுதாயம் விடுதலைக்குத் தன்னைத் தயார் படுத்திக்கொண்டதா என்பதை சிந்திக்கவேண் டும். இல்லாவிட்டால் "விடுதலை" குரங்கு கையில் அகப் பட்ட மாலையாகிவிடும்.

இந்த அடிப்படையில் விடுதலை முழக்கம் செய்து வெற்றிகண்டவர்கள் தான், பெற்ற விடுதலையைப் பாது காக்க முடியும்.

பெரிய நாடோ சிறிய நாடோ பேதமில்லாமல் பேரிகை கொட்டியிருக்கிறது, தளையை அறுத்துக் கொள் வதற்காக! விருதலை பெற்ற நாடுகளிலேகூட அமுக்கப்படும்.

சில இனங்கள் தங்கள் விடுதலைக்காகப் போரிடுவதைக் காண முடிகிறது; உரிமை முழக்கங்கள் ஒலித்திடுவதைக் கேட்க முடிகிறது.

தணியாத ஆர்வம், தளராத கிளர்ச்சி, தடை படாப் போராட்டம் இவை இலட்சியக் கோட்டைக்கு வழி வகுத்து, விடுதலைக் கீதத்துக்கும் பண் அமைத்துத்தர தவறுவதில்லை.

கண்ணீரைப் பெய்யவைக்கும் கர்ணகடூரச் செய்திகள், திராவிட விடுதலைக் கிளர்ச்சியிலே இடம் பெற்றிருக் கின் றன. கிளர்ச்சி நடத்தவேண்டும் என்ற ஆசைத் துடிப் பல்ல இதற்குக் காரணம்.

வாழ்ந்திருந்தோம், வீழ்ந்துபட்டோம் என்ற சரித்திர வாக்கியங்களை வைத்துக்கொண்டுதான் நாடு கேட்கிறோம். பிரிவினை கோருகிறோம்.
ஆளப்பிறந்தவர்கள் நாடு கேட் கிறார்கள்.

திராவிடசமுதாயம் :

உடலில் கடைசி மூச்சு இருக்கும்வரை, போராடியே தீருவோம், திராவிட சமுதாயம் காண, திராவிட தனியரசு மலர!

நாங்கள் செத்தொழிந்தாலும், வாழட்டும் வளமார் திராவிடம்.

★★★

9 788198 881441